MBINGUNI I

...ukiwa na utukufu wa Mungu, na mwangaza wake ulikuwa mfano wa kito chenye thamani nyingi kama kito cha yaspi, safi kama bilauri (Ufunuo 21:11).

MBINGUNI I

SAFI NA UPENDEZAO KAMA BILAURI

Dr. Jaerock Lee

MBINGUNI I: SAFI NA UPENDEZAO KAMA BILAURI
Na Dr. Jaerock Lee
Kimechapiswa na Urim Books (Mwakilishi: Johnny. H. Kim)
235-3, Guro-dong3, Guro-gu, Seoul, Korea
www.urimbooks.com
Kimetafsiriwa kwa Kiswahili na CAN TRANSLATORS (www.cantranslators.com)

Haki zote zimehifadhiwa. Hairuhusiwi kunakili kitabu hiki au sehemu ya kitabu hiki katika mfumo wa aina yoyote, kutunzwa katika mfumo ambao kinaweza kusambazwa au kupatikana tena kwa namna au njia yoyote ile, au kubadilishwa katika namna yoyote ile, kielekroniki, kimakenika, kutolewa kivuli (fotokopi), kurekodiwa au vinginevyo, bila idhini ya maandishi kutoka kwa mchapaji.

Isipokuwa vinginevyo kama imebainishwa, nukuu yote ya Maandiko imechukuliwa kutoka katika Biblia ya Kiswahili – Union Version iliyochapishwa na Chama cha Biblia cha Kenya na Chama cha Biblia cha Tanzania ©1997

Hakimiliki © 2009 na Dr. Jaerock Lee
ISBN: 979-11-263-1227-6 03230
Hakimiliki ya kutafsiri © 2003 na Dr. Esther K. Chung. Imetumika kwa ruhusa.

Awali kilichapishwa kwa Kikorea na Urim Book 2002

Kimehaririwa na Dr. Geumsun Vin
Jalada limesanifiwa na Editorial Bureau of Urim Books
Kwa taarifa zaidi, wasiliana na: urimbook@hotmail.com

DIBAJI

Mungu wa upendo hamwongozi tu kila mwamini kwenye njia ya wokovu bali pia humfunulia siri za mbinguni.

Angalau kwa mara moja maishani, yamkini mtu huwa na maswali kama, "Nitaenda wapi baada ya maisha haya hapa duniani?" au "Je, kuna mbinguni na jehanamu kweli?"

Watu wengi hufa kabla hawajapata majibu ya maswali kama haya, au hata ikiwa wanaamini kuna maisha baada ya maisha haya, si kila mtu atakayeingia mbinguni kwa sababu si kila mtu ana ufahamu apaswao kuwa nao. Mbinguni na jehanamu si mambo ya kuwazika tu, lakini ni mambo halisia katika upeo wa kiroho.

Kwa upande mwingine, mbinguni ni mahali pazuri sana pasipoweza kulinganishwa na chochote hapa duniani. Hususan, uzuri na furaha ya Yerusalemu Mpya, ambapo ndipo palipo na Kiti cha Enzi cha Mungu, haiwezi kuelezwa vya kutosha kwa sababu umetengenezwa kwa vifaa vizuri sana na kwa ustadi kwa kimbinguni.

Kwa upande mwingine, jehanamu imejaa uchungu usiokuwa na mwisho, na adhabu ya milele; uhalisia wake wa kutisha umeelezwa kwa kina katika kitabu kiitwacho Jehanamu. Mbinguni na jehanamu kulikuja kujulikana kupitia kwa Yesu na Mitume, na hata leo, sehemu hizo zimeonyeshwa kwa kina kupitia kwa watu wa Mungu walio na imani ya kweli kwake.

Mbingu ni mahali ambapo wana wa Mungu hufurahia uzima wa milele, na mambo mazuri sana yasiyoweza kufikirika yameandaliwa kwa ajili yao. Kwa hiyo unaweza kuifahamu mbingu vizuri pale tu Mungu anaporuhusu na kukuonyesha.

Niliendelea kufunga na kuomba kwa muda wa miaka saba ili nijue kuhusu hii mbingu na nikaanza kupokea majibu kutoka kwa Mungu. Sasa Mungu ananionyesha siri zaidi za upeo wa kiroho kwa kina zaidi.

Kwa kuwa mbinguni hakuonekani kwa macho, ni vigumu kuelezea kuhusu mbinguni kwa kutumia lugha na ufahamu wa dunia hii. Pia kunaweza kuwa na hali ya kutoelewana katika jambo hili. Ndiposa mtume Paulo hangeweza kwa kina juu ya Paradiso katika Mbingu ya Tatu ambayo alikuwa ameiona katika maono.

Mungu pia alinifundisha siri nyingi juu mbinguni, na kwa miezi mingi nilihubiri kuhusu maisha ya furaha na kuhusu sehemu mbalimbali na thawabu huko mbinguni kulingana na kiwango cha imani. Hata hivyo, singeweza kuhubiri kwa kina yale yote niliyojifundisha.

Sababu ya Mungu kuniruhusu kuzitoa siri za upeo wa kiroho kupitia kwa kitabu hiki ni kuokoa nafsi nyingi iwezekanavyo na kuzielekeza mbinguni, ambako ni kwapendeza na safi kama bilauri.

Ninamshukuru Mungu na kumtukuza kwa kuniruhusu kuchapisha Mbinguni I: Upendezao na Safi Kama Bilauri, ambayo ni maelezo ya mahali ambapo panapendeza na pasafi kama bilauri, palipojaa utukufu wa Mungu. Natumai utaugundua upendo mkuu wa Mungu unaokuonyesha siri za mbinguni na unaowaelekeza watu kwenye njia ya wokovu ili uweze kuupokea pia. Vilevvile natumai utapiga mbio kuelekea kwenye uzima wa milele katika Yerusalemu Mpya.

Ningependa kumshukuru Geumsun Vin, Mkurugenzi wa Editorial Bureau pamoja na wafanyakazi wake, na kitengo cha Utafsiri kwa kazi yao ngumu na kwa kuchapisha kitabu hiki. Ninaomba katika jina la Bwana kwamba kupitia kwa kitabu hiki, nafsi nyingi zitaokolewa na kufurahia uzima wa milele katika Yerusalemu Mpya.

Jaerock Lee

UTANGULIZI

Natumai kwamba kila mmoja wenu ataugundua upendo wa Mungu ulio na saburi, atakamilika rohoni mwake na kupiga mbio kuelekea Yerusalem Mpya

Ninamshukuru na kumpa Mungu utukufu ambaye amewafanya watu wengi kujua kuhusu upeo wa kiroho vizuri na kupiga mbio kulifikia lengo huku wakiwa na matumaini ya mbinguni kupitia kwa kuchapishwa kwa Jehanamu na mfululuzi wa vitabu viwili vya Mbinguni.

Kitabu hiki kina sura kumi na kinakusaidia kujua waziwazi maisha na uzuri, na sehemu mbalimbali za mbinguni, na thawabu zinazotolewa kulingana na kiwango cha imani. Hayo ndiyo ambayo Mungu amemfunulia Kasisi Dr. Jaerock Lee kwa pumzi ya Roho Mtakatifu.

Sura ya 1 "Mbinguni: Kuzuri na Safi Kama Bilauri" inaelezea furaha ya milele ya mbinguni kwa kuangazia mwonekano wake wa kawaida, ambapo hakutakuwa na haja ya jua wala mwezi kuangaza.

Sura ya 2 "Bustani ya Edeni na Mahali Pa Kusubiria Mbinguni" inaelezea mahali, mwonekano, na maisha katika Bustani ya Edeni, ili kukusaidia kuelewa mbinguni vizuri. Sura hii pia inakueleza kuhusu mpango na upaji wa Mungu katika kuuweka mti wa kutambua mema na mabaya bustanini na kuwaimarisha wanadamu kiroho. Zaidi ya hivyo, inakufundisha juu ya Mahali pa Kusubiria ambapo watu waliookoka husubiri hadi Siku ya Hukumu, pamoja na maisha ya mahali hapo, na aina ya watu wanaingia Yerusalemu Mpya moja kwa moja bila kusubiri hapo.

Sura ya 3 "Karamu Ya Miaka Saba Ya Harusi" inaelezea kuhusu Kurudi Kwa Yesu Kristo Mara ya Pili, Dhiki Kuu ya Miaka Saba, kurudi kwa Bwana duniani, Milenia, na maisha ya milele baada ya hapo.

Sura ya 4 "Siri za Mbinguni Zilizofichwa Tangu Kuumbwa kwa Ulimwengu" inashughulikia siri za mbinguni zilizokuja kufunuliwa na mafumbo ya Yesu na inakueleza jinsi ya kuingia mbinguni ambako kuna makao mengu.

Sura ya 5 "Tutaishije Mbinguni?" inaeleza urefu, uzito, na rangi ya ngozi ya mwili wa kiroho, na jinsi tutakavyoishi. Kwa kutumia mifano kadhaa ya maisha ya furaha ya mbinguni, sura hii pia inakuhimiza kukaza mwendo kwa lazima kwenda mbinguni huku tukiwa na matumaini ya kuingia.

Sura ya 6 "Paradiso" inaelezea Paradiso ambayo ni sehemu ya chini zaidi mbinguni, hata hivyo inapendeza zaidi na kuna furaha zaidi kushinda hapa duniani. Pia inafafanua aina ya watu watakaoingia Paradiso.

Sura ya 7 "Ufalme wa Kwanza wa Mbinguni" inaelezea maisha na thawabu za Ufalme wa Kwanza, ambao utakuwa makao ya wale waliompokea Yesu Kristo na wakajaribu kuishi kulingana na Neno la Mungu.

Sura ya 8 "Ufalme wa Pili wa Mbinguni" inafafanua juu ya maisha na thawabu za Ufalme wa Pili ambako wale ambao hawakukamilika katika utakatifu lakini walifanya kazi zao vizuri wataingia. Inasisitiza pia juu ya umuhimu wa kutii na kutekeleza wajibu wako.

Sura ya 9 "Ufalme wa Tatu wa Mbinguni" inaeleza uzuri na utukufu wa Ufalme wa Tatu, ambao hauwezi kulinganishwa na Ufalme wa Pili. Ufalme wa Tatu ni mahali kwa wale walitupilia mbali dhambi zao-hata dhambi za asili yao – kwa bidii zao na kwa msaada wa Roho Mtakatifu. Inaeleza upendo wa Mungu anayeruhusu majaribu.

Hatimaye, Sura ya 10 "Yerusalemu Mpya" inatambulisha Yerusalemu Mpya, mahali pazuri zaidi na penye utukufu mwingi huko mbinguni, hapo ndipo palipo na Kiti cha Enzi cha Mungu. Inaelezea aina ya watu watakoingia Yerusalemu Mpya. Sura hii inamalizia kwa kuwapa wasomaji matumaini kupitia kwa mifano ya nyumba za watu wawili watakaoingia Yerusalemu Mpya.

Mungu ametuandalia mbinguni ambako kunapendeza na safi kama bilauri kwa ajili ya wanawe wapendwa. Anapenda watu wengu waokoke na anasubiri kwa hamu kuwaona wanawe wakiingia Yerusalemu Mpya.

Ni matumaini yangu katika jina la Bwana kwamba wasomaji wa Mbinguni I: Upendezao na Safi Kama Bilauri watatambua upendi mkuu wa Mungu, wakamilike katika utakatifu kwa moyo wa Bwana, na kupiga mbio kuingia Yerusalemu Mpya kwa vishindo.

Geumsun Vin
Mkurugenzi wa Jopo La Wahariri

YALIYOMO

DIBAJI

UTANGULIZI

Sura ya 1 **Mbinguni: Upendezao na Safi Kama Bilauri** • 1

Sura ya 2 **Bustani ya Edeni na Mahali Pa Kusubiria Mbinguni** • 21

Sura ya 3 **Karamu Ya Miaka Saba Ya Harusi** • 47

Sura ya 4 **Siri za Mbinguni Zilizofichwa Tangu Kuumbwa kwa Ulimwengu** • 69

Sura ya 5   **Tutaishije Mbimguni?** • 97

Sura ya 6   **Paradiso** • 123

Sura ya 7   **Ufalme wa Kwanza wa Mbinguni** • 139

Sura ya 8   **Ufalme wa Pili wa Mbinguni** • 153

Sura ya 9   **Ufalme wa Tatu wa Mbinguni** • 169

Sura ya 10   **Yerusalemu Mpya** • 185

Sura ya 1

Mbinguni: Unapendezao Na Safi Kama Bilauri

1. Mbingu Mpya na Nchi Mpya
2. Mto Wa Maji Ya Uzima
3. Kiti Cha Enzi Cha Mungu na Cha Mwanakondoo

Kisha akanionesha mto wa maji ya uzima,
wenye kung'aa kama bilauri,
ukitoka katika kiti cha enzi cha Mungu,
na cha Mwana-kondoo,
katikati ya njia yake kuu.
Na upande huu na huu kando ya ule mto,
ulikuwapo mti wa uzima,
uzaao matunda, aina kumi na mbili,
wenye kutoa matunda yake kila mwezi;
na majani ya mti huo ni ya kuwaponya
mataifa.
Wala hapatakuwa na laana yoyote tena.
Na kiti cha enzi cha Mungu na cha Mwana-
kondoo kitakuwamo ndani yake.
Na watumishi wake watamtumikia;
nao watamwona uso wake,
na jina lake litakuwa katika vipaji vya nyuso
zao.
Wala hapatakuwa na usiku tena;
wala hawana haja ya taa wala ya nuru ya jua;
kwa kuwa Bwana Mungu huwatia nuru,
nao watatawala hata milele na milele.

- Ufunuo 22:1-5 -

Watu wengi hushangaa na kuuliza, "Inasemekana tunaweza kuwa na maisha ya furaha milele huko mbinguni – je, na mahali pa namna gani?" Ukisikiza shuhuda za wale ambao wamefika mbinguni, utasikia kwamba wengi wao wamepitia njia ndefu ya barabara ya chini kwa chini. Hii ni kwa sababu mbinguni ndio upeo wa kiroho, ambao ni tofauti sana na ulimwengu unaoishi. Wale wanaoishi katika ulimwengu huu wa sehemu tatu hawajui habari za mbinguni kwa kina. Unaujua ulimwengu huu wa ajabu, juu ya ulimwengu wenye sehemu tatu, wakati ule tu Mungu anapokuambia juu yake au wakati macho yako ya kiroho yanapofunguliwa. Ikiwa unaujua upeo huu wa kiroho kwa kina, nafsi yako haitafurahi tu bali pia imani yako itakua kwa haraka na utakuwa mpendwa wa Mungu. Ndiposa, Yesu alikwambia siri za mbinguni kupitia kwa mafumbo mengi na mtume Yohana anaeleza kuhusu mbinguni kwa kina katika kitabu chake cha Ufunuo.

Basi, mbinguni ni mahali kwa namna gani na watu wataishije huko? Utaangalia mbinguni kwa kifupi, ni kusafi kama bilauri na kunapendeza, ambako Mungu amepanga kushiriki upendo wake na wanawe milele.

1. Mbingu Mpya na Nchi Mpya

Mbingu ya kwanza na nchi ya kwanza ambayo Mungu aliumba ilikuwa yapendeza na safi kama bilauri, lakini mbingu na nchi vikalaniwa kwa sababu ya uasi wa Adamu, aliyekuwa mwanadamu wa kwanza. Pia, maendeleo ya kiviwanda na sayansi na teknolojia vimeichafua nchi, na siku hizi watu wengi wanawahimiza watu kulinda mali asili

Kwa hiyo, wakati utakapofika, Mungu ataweka kando

mbingu ya kwanza na nchi ya kwanza na kufunua mbingu mpya na nchi mpya. Hata ijapokuwa nchi imechafuliwa na kuoza, bado inahitajika katika kulea wana wa kweli wa Mungu ambao wanaweza kuingia mbinguni na wataingia mbinguni.

Hapo mwanzo, Mungu aliumba nchi, kisha mwanadamu, na akamwelekeza kwenye Bustani ya Edeni. Alimpa uhuru mwingi sana na utele na akamruhusu kula kila kitu isipokuwa mti ule wa kujua mema na mabya. Yule mwanadamu hata hivyo, alikula lile tunda lililokatazwa na Mungu na matokeo yake ikawa ni kufukuzwa hadi kwenye nchi, ambayo ndiyo mbingu na nchi ya kwanza.

Kwa sababu Mungu mwenyezi alifahamu kwamba mwanadamu angeishia mautini, alimwandaa Yesu Kristo kabla mwanzo wa nyakati na akamtuma hapa duniani kwa wakati ufaao.

Hivyo, kila anayempokea Yesu Kristo aliyesulubiwa na kufufuka atabadilishwa na kuwa kiumbe kipya na kwenda kwenye mbingu mpya na nchi mpya na kufurahia uzima wa milele.

Mbingu ya Samawati ya Mbingu Mpya Ni Safi Kama Bilauri

Mbingu za mbingu mpya ambayo Mungu ameandaa imejaa hewa safi ili kuifanya iwe safi kabisa, imetakata, na safi kushinda hewa ya dunia hii. Hebu fikiria mbingu iliyo safi na mbingu iliyo juu huku ikiwa na mawingu masafi maeupe. Hiyo ingependeza sana!

Kwa nini Mungu atafanya mbingu mpya kuwa ya samawati? Kiroho, rangi ya samawati hukufanya uhisi kina, urefu na usafi.

Maji huwa safi kadri yanavyoonekana kuwa na rangi ya samawati. Unapoangalia mbingu ya samawati, unaweza pia kuhisi moyo wako umeburudika. Mungu aliifanya mbingu ya dunia hii kuwa ya samawati kwa sababu aliufanya moyo wako kuwa safi na akakupa moyo wa kumtafuta Muumbaji. Ikiwa utakiri huku ukiangalia anga ya samawati, iliyo safi, ukisema, "Lazima Muumba wangu yuko kule juu. Alikifanya kila kitu kuwa kizuri sana!" moyo wako utatakaswa na utalazimika kuishi maisha mazuri.

Je, ingekuwa anga yote ni ya manjano? Badala ya kuhisi hali ya kupendezwa, watu watahisi hali ya kukosa utulivu na kuchanganyikiwa, na wengine hata huenda wangekumbwa na matatizo ya kiakili. Vivyo hivyo, akili za watu zinaweza kuguswa, kuburudishwa, au kuchanganyikiwa kulingana na rangi tofauti. Ndiposa Mungu amelifanya anga la mbingu mpya kuwa la rangi ya samawati na akaweka mawingu mawingi meupe masafi ili wanawe waweze kuishi kwa furaha kwa mioyo ipendezayo na safi kama bilauri.

Nchi Mpya ya Mbinguni Imetengenezwa na Dhahabu Safi na Vito Safi

Basi, sasa ile nchi mpya mbinguni itakuwa namna gani? Kwenye nchi mpya ya mbinguni, ambayo Mungu ameifanya kuwa safi na yenye kung'aa kama bilauri, hakuna mchanga wala vumbi. Nchi mpya imetengenezwa kwa dhahabu safi na vito safi peke yake. Inapendeza sana kuwa mbinguni mahali ambako kuna barabara zing'aazo zilitotengenezwa kwa dhahabu safi na vito!

Nchi hii imetengenezwa kwa mchanga, ambao unaweza kubadilishwa baada ya muda fulani. Mabadiliko haya hukujulisha

5

ubatili na mauti. Mungu aliruhusu mimea yote ikue, izae matunda na iangamie mchangani ili ujue kwamba maisha hapa duniani yana mwisho.

Mbinguni kumetengezwa kwa dhahabu safi na vito ambavyo havibadiliki kwa sababu mbinguni ni ulimwengu wa kweli na wa milele. Pia, kama vile mimea inavyomea katika dunia hii, vile itamea huko mbinguni itakapopandwa. Hata hivyo, haitakufa au kuangamia kama ile ya dunia hii. Zaidi ya hayo, hata milima na majumba ni ya dhahabu safi na vito. Vitang'aa na kupendeza sana! Sharti uwe na imani ya kweli ili usiweze kukosa uzuri na raha hii ya mbinguni ambayo haiwezi kuelezewa kwa maneno yoyote.

Kutoweka kwa Mbingu ya Kwanza na Nchi ya Kwanza

Nini kitafanyika kwa mbingu ya kwanza na nchi ya kwanza wakati mbingu hii nzuri mpya na nchi mpya vitakapojitokeza?

Kisha nikaona kiti cha enzi, kikubwa, cheupe, na yeye aketiye juu yake; ambaye nchi na mbingu zikakimbia uso wake, na mahali pao hapakuonekana. (Ufunuo 20:11).

Kisha nikaona mbingu mpya na nchi mpya; kwa maana mbingu za kwanza na nchi ya kwanza zimekwisha kupita, wala hakuna bahari tena. (Ufunuo 21:1).

Wakati watu wa ulimwengu huu watakapohukumiwa kati ya mema na mabya, mbingu ya kwanza na nchi ya kwanza itatoweka. Hii inamaanisha kwamba havitatoweka kabisa lakini badala yake vitahamishwa kwingine.

Basi, kwa nini Mungu atahamisha mbingu ya kwanza na nchi ya kwanza badala ya kuziangamiza kabisa? Hii ni kwa sababu wanawe wanaoishi mbinguni wataikosa mbingu ya kwanza na nchi ya kwanza ikiwa ataziondoa kabisa. Hata ijapokuwa walikuwa wamepitia huzuni na mambo magumu katika mbingu ya kwanza na nchi ya kwanza, watazikumbuka wakati mwingine kwa sababu awali zilikuwa makao yao. Hivyo, tukijua hilo, Mungu wa upendo atazihamisha hadi sehemu nyingine ya anga, na hataziharibu kabisa.

Ulimwengu tunamoishi ni ulimwengu usio na mwisho, na kuna limwengu nyingine nyingine. Kwa hiyo Mungu atahamisha mbingu ya kwanza na nchi ya kwanza hadi kwenye pembe moja ya limwengu na aruhusu wanawe kuzitembelea kama wanavyopenda.

Hakuna Machozi, Huzuni, Mauti, au Magonjwa

Mbingu mpya na nchi mpya, ambapo wana wa Mungu waliookolewa kwa imani wataishi, hamna laana tena na zimejaa furaha. Katika Ufunuo 21:3-4, utaona kwamba hakuna machozi wala huzuni, mauti, kuomboleza, au magonjwa mbinguni kwa sababu Mungu yuko huko.

"Nikasikia sauti kubwa kutoka katika kile kiti cha enzi ikisema, Tazama, maskani ya Mungu ni pamoja na wanadamu, naye atafanya maskani yake pamoja nao, nao watakuwa watu wake. Naye Mungu mwenyewe atakuwa pamoja nao. Naye atafuta kila chozi katika macho yao, wala mauti haitakuwapo tena; wala maombolezo, wala kilio, wala maumivu hayatakuwapo tena; kwa kuwa mambo ya kwanza yamekwisha kupita."

Lingekuwa jambo la kuhuzunisha namna gani endapo ungekuwa unakufa njaa na hata watoto wako wanalilia chakula kwa sababu wana njaa? Ingekuwa na maana gani endapo mtu atakuja na kusema, "Una njaa sana hadi unalia machozi," na akufute machozi, lakini asikupe chochote cha kula? Sasa kufanya hivyo kungemsaidia huyo mtu kweli? Sharti akupe kitu cha kula ili wewe na watoto wako msife njaa. Akifanya hivyo ndipo machozi yako na wanao yatakoma.

Vivyo hivyo, kusema kwamba Mungu atafuta kila chozi machoni mwako inamaanisha kwamba ukiokoka na kwenda mbinguni, basi hakutakuwa na fadhaa tena au wasiwasi kwa sababu hakula kilio, huzuni, mauti, kuomboleza, au mahonjwa huko mbinguni.

Kwa upande mwingine, uwe unamwamini Mungu au la, itabidi uishi na huzuni fulani hapa duniani. Watu wa ulimwengu wataomboleza sana hata watakapopatwa na msiba kidogo tu. Kwa upande mwingine, wale wanaoamini kwamba wataomboleza kwa upendo na huruma kwa ajili ya ambao bado wanapaswa kuokolewa.

Utakapokwenda mbinguni, hata hivyo, hutakuwa na haja ya kuwa na wasiwasi juu ya mauti, au watu kutenda dhambi na kuingia kwenye mauti ya milele. Hutakuwa na haja ya kufanya dhambi, kwa hiyo hakuwezi kuwa na huzuni ya aina yoyote.

Katika dunia hii, unapogubikwa na huzuni, unaomboleza. Hata hivyo, mbinungi, hakuna haja ya kuomboleza kwa sababu hakutakuwa na magonjwa yoyote au wasiwasi wowote. Kutakuwa na furaha ya milele tu.

2. Mto wa Maji Ya Uzima

Huko mbinguni, Mto wa Maji Ya Uzima, unaong'aa kama bilauri, unatiririka kati kati ya barabara kuu. Ufunuo 22:1-2 inaelezea juu ya Mto huu wa Maji ya Uzima, na lazima ufurahi hata kwa kuufikiria tu.

Kisha akanionesha mto wa maji ya uzima, wenye kung'aa kama bilauri, ukitoka katika kiti cha enzi cha Mungu, na cha Mwana-kondoo, katikati ya njia yake kuu. Na upande huu na huu kando ya ule mto, ulikuwapo mti wa uzima, uzaao matunda, aina kumi na mbili, wenye kutoa matunda yake kila mwezi; na majani ya mti huo ni ya kuwaponya mataifa.

Niliwahi kuogelea kwenye bahari safi sana ya Pasifiki, na maji yake yalikuwa safi sana kiasi kwamba ningeweza kuona mimea na samaki vizuri. Ilikuwa inapendeza sana mpaka nikafurahi kuogelea ndani yake. Hata katika ulimwengu huu, unaweza unaweza kuhisi moyo wako ukiburudishwa na kutakaswa unapoangalia maji safi. Si ni zaidi basi ukiwa mbinguni ambako Mto wa Maji ya Uzima, ulio safi kama bilauri, unatiririka katikati ya njia kuu!

Mto wa Maji ya Uzima

Hata katika ulimwengu huu, ukiangalia bahari iliyo safi, jua huweza kuakisiwa na kung'aa vizuri sana. Mto wa Maji ya Uzima mbinguni unaonekana ukiwa rangi ya samawati kwa mbali, lakini ukiutazama ukiwa karibu, ni safi kabisa, unapendeza, hauna dosari, na uliotakata sana hivi kwamba unaweza kusema, "uko safi kama bilauri."

Kwa nini, basi, huu Mto wa Maji ya Uzima unatiririka kutoka

kwenye Kiti cha Enzi cha Mungu na Mwanakondoo? Kiroho, maji hurejea neno la Mungu ambalo ni chakula cha uzima, na unapokea uzima wa milele kupitia kwa neno la Mungu. Yesu anasema katika Yohana 4:14, "lakini yeyote atakayekunywa maji yale nitakayompa mimi hataona kiu milele; bali yale maji nitakayompa yatakuwa ndani yake chemchemi ya maji, yakibubujikia uzima wa milele." Neno la Mungu ni Maji ya Uzima wa Milele yanayokupa uzima, na ndiposa Mto wa Maji ya Uzima hutiririka kutoka pale kwenye Kiti Cha Enzi cha Mungu na Mwanakondoo.

Sasa, ladha ya Maji ya Uzima ni ya namna gani? Ni matamu sana kiasi kwamba huwezi kuyapata katika ulimwengu huu, na utahisi umetiwa nguvu wakati unapoyanywa. Mungu aliwapa wanadamu Maji ya Uzima, lakini baada ya Adamu kuanguka, maji ya dunia hii yalilaaniwa pamoja na vitu vingine vyote. Tangu wakati huo, watu hawajaweza kuonja Maji ya Uzima katika dunia hii. Utaweza tu kuyaonja siku ile utakapofika mbinguni. Watu wa dunia hii wanakunywa maji yaliyochafuliwa, na wanatafuta vinywaji visivyo vya kiasili kama vile vinywaji laini kama soda badala ya maji. Vivyo hivyo, maji ya dunia hii hayawezi kutupatia uzima wa milele, lakini Maji ya Uzima mbinguni yanatupatia uzima wa milele. Ni matamu kushinda asali na matone yadondokayo kutoka kwenye sega la asali, na yanaipa nguvu roho yako.

Mto Unatiririka Katika Mbingu Yote

Mto wa Maji ya Uzima unaotiririka kutoka kwenye Kiti cha Enzi cha Mungu na Mwanakondoo ni kama damu inayodumisha maisha kwa kuzunguka mwilini mwako. Unazunguka mbingu yote na kuririka katikati ya njia kuu, kisha unarudi pale kwenye Kiti cha Enzi cha Mungu. Kwa nini, basi, Mto huu wa Maji ya Uzima unapitia mbingu yote na unatiririka katikati ya njia kuu? Kwanza kabisa, Mto huu wa Maji ya Uzima ndiyo njia ya rahisi ya kumfikisha mtu kwenye Kiti cha Enzi cha Mungu. Kwa hiyo, ili uweze kwenda Yerusalemu Mpya ambapo ndiko kuliko Kiti cha Enzi cha Mungu, unafuata tu ile barabara ya dhahabu safi iliyoko kila upande wa mto.

Pili, ndani ya neno la Mungu imo njia ya mbinguni, na unaweza kuingia mbinguni tu utakapofuata njia hii ya neno la Mungu. Kama alivyosema Yesu katika Yohana 14:6, "Mimi ndimi njia, na kweli, na uzima; mtu haji kwa Baba, ila kwa njia ya mimi.," kuna njia iendayo mbinguni katika neno la Mungu la kweli. Ukitenda sawa na neno la Mungu, unaweza kuingia mbinguni ambako kuna neno la Mungu, Mto wa Maji ya Uzima unaotiririka.

Vivyo hivyo, Mungu aliiunda mbingu kwa njia ambayo kwa kufuata Mto wa Maji ya Uzima, unaweza kufika Yerusalemu Mpya ambako kuna Kiti cha Enzi cha Mungu.

Mchanga wa Dhahabu na Fedha Kando ya Mto

Je, kutakuwa na nini kwenye kingo za Mto wa Maji ya Uzima? Kwanza utaona mchanga wa dhahabu na fedha ulionea mbala na kila mahali. Mchanga wa mbinguni una umbo la mviringo na laini hivi kwamba hautaganda kwenye nguo kabisa hata ukiuchezea.

Pia, Also, pia kuna fukwe nyingi nzuri zilizopambwa kwa dhahabu na vito. Unapokaa kwenye dawati pamoja na marafiki zako wapendwa na kupiga gumzo, malaika wa kupendeza watawahudumia.

Katika dunia hii, unawatamani malaika, lakini mbinguni malaika watakwita "bosi" na kukuhudumia kadri upendavyo. Ikiwa unataka kula matunda, malaika ataleta matunda kwenye kikapu kilichopambwa kwa vito na maua na kukupa hicho kikapu kwa upesi sana.

Isitoshe, kila upande wa huo Mto wa Maji ya Uzima kuna maua mazuri yenye rangi nyingi, ndege, wadudu, na wanyama. Pia watakuhudumia kama bwana na unaweza kuwaonyesha upendo wako. Mbinguni hii inapendeza jinsi gani ikiwa na Mto huu wa Maji ya Uzima!!

Mti wa Uzima Ulio Ukingoni mwa Mto Huo

Ufunuo 22:1-2 inaeleza kwa kina mti wa uzima ulio kwenye kingo za Mto wa Maji ya Uzima.

Kisha akanionesha mto wa maji ya uzima, wenye kung'aa kama bilauri, ukitoka katika kiti cha enzi cha Mungu, na cha Mwana-kondoo, katikati ya njia yake kuu. Na upande huu na huu kando ya ule mto, ulikuwapo mti wa uzima, uzaao matunda, aina kumi na mbili, wenye kutoa matunda yake kila mwezi; na majani ya mti huo ni ya kuwaponya mataifa.

Kwa nini, basi, ameweka mti wa uzima unaozaa matunda ya aina kumi na mbili kila kwenye kila ukingo wa mto? Kimsingi, Mungu alitaka wanawe wote waliongia mbinguni wahisi uzuri na wahisi maisha ya mbinguni. Pia alitaka kuwakumbusha kwamba walikuwa wanazaa matunda ya Roho Mtakatifu wanapotenda kulingana na neno la Mungu, kama vile walivyokuwa wakila chakula kwa jasho lao.

Lazima utambue jambo moja hapa kuzaa matunda aina kumi na mbili haimaanishi kwamba mti mmoja unazaa matunda aina kumi na mbili, bali aina kumi na mbili ya miti huzaa aina moja ya matunda. Katika Biblia, unaweza kuona kwamba makabila kumi na mawili ya Israeli yaliundwa kutokana na wana kumi na wawili wa Yakobo, na kupitia makabila haya kumbi na mawili, taifa la Isreali liliweza kuanzishwa na mataifa yanayoukubali Ukristo yameanzishwa ulimwengu mzima. Hata Yesu alichagua wanafunzi kumi na wawili, na injili imehubiriwa na kuenezwa kwa mataifa yote kupitia kwao na wanafunzi wao.

Kwa hiyo, aina kumi na mbili za matunda ya mti wa uzima yanaashiria kwamba mtu yeyote kutoka taifa lolote, ikiwa ataishika imani, anaweza kuzaa matunda ya Roho Mtakatifu na kuingia mbinguni.

Ukila matunda mazuri na yenye rangi ya kupendeza ya mti wa uzima, utaburudishwa na kuhisi furaha. Pia, mara tu tunda moja linapotundwa, lingine kuchukua nafasi yake, kwa hiyo hayataisha. Majani ya mti wa uzima ni rangi ya kijani kibichi iliyokolea na yang'aayo, na yatabaki hivyo milele kwa sababu hayapukutiki wala kuliwa. Majani haya ya kijani kibichi na yang'aayo ni makubwa kushinda majani ya miti ya dunia hii, na yanakua katika njia ya mpangilio mzuri sana.

3. Kiti cha Enzi cha Mungu na Mwanakondoo

Ufunuo 22:3-5 inaelezea mahali Kiti cha Enzi na Mwanakondoo kilipo katikati mbinguni.

Wala hapatakuwa na laana yoyote tena. Na kiti cha enzi cha Mungu na cha Mwana-kondoo kitakuwamo ndani yake. Na watumishi wake watamtumikia; 4 nao watamwona uso wake, na jina lake litakuwa katika vipaji vya nyuso zao. 5 Wala hapatakuwa na usiku tena; wala hawana haja ya taa wala ya nuru ya jua; kwa kuwa Bwana Mungu huwatia nuru, nao watatawala hata milele na milele.

Kiti cha Enzi Kiko Katikati Mbinguni

Mbinguni ni mahali pa milele ambapo Mungu anatawala kwa upendo na haki. Katika Yerusalemu Mpya iliyo katikati mbinguni, kuna Kiti cha Enzi cha Mungu na Mwanakondoo. Mwanakondoo hapa inarejelea Yesu Kristo (Kutoka 12:5; Yohana 1:29; 1 Petro 1:19).

Si kila mtu anaweza kuingia mahali ambapo Mungu kwa kawaida anaishi. Kiko kwenye nafasi nyingine kutoka Yerusalemu Mpya. Kiti cha Enzi cha Mungu mahali hapa ni kizuri zaidi na kinang'aa kushinda kile kilicho katika Yerusalemu Mpya.

Kiti cha Enzi cha Mungu katika Yerusalemu Mpya ndipo Mungu anapoteremkia wakati watoto wake wanapoabudu au kuandaa karamu. Ufunuo 4:2-3 inaeleza jinsi Mungu alivyoketi kwenye Kiti chake cha Enzi.

Na mara nilikuwa katika Roho; na tazama, kiti cha enzi kimewekwa mbinguni na mmoja ameketi juu ya kile kiti; 3 na yeye aliyeketi alionekana mithili ya jiwe la yaspi na akiki, na upinde wa mvua ulikizunguka kile kiti cha enzi, ukionekana mithili ya zumaridi.

Sehemu ya kuzunguka Kiti cha Enzi kuna wazee ishirini na wanne wameketi, wakiwa wamevalia mavazi meupe na mataji ya dhahabu vichwani mwao. Mbele ya Kiti cha Enzi kuna Roho Saba za Mungu na bahari ya kioo, safi kama bilauri. Katikati na kuzunguka Kiti cha Enzi kuna viumbe wanne walio hai na majeshi mengi ya mbinguni na malaika.

Zaidi ya hayo, Kiti cha Enzi cha Mungu kimefunikwa kwa taa. Kinapendeza sana, chashangaza, kina utukufu, chenye adhama, na kikubwa hivi kwamba kimepita ufahamu wa mwanadamu. Pia, upande wa kulia wa Kiti cha Enzi cha Mungu kuna Kiti cha Enzi cha Mwanakondoo, Bwana wetu Yesu. Bila shaka ki tofauti na Kiti cha Enzi cha Mungu, lakini Mungu wa Utatu, Baba, Mwana na Roho Mtakatifu, wana moyo mmoja, tabia na uwezo.

Mengi zaidi juu ya Kiti cha Enzi cha Mungu yataelezwa katika Kitabu Cha Pili cha Mbinguni chenye kichwa cha "Kujaa Utukufu wa Mungu."

Hakuna Usiku Wala Mchana

Mungu anatawala mbinguni na angani kwa upendo wake na kwa haki kutoka kwenye Kiti chake cha Enzi, king'aacho mwangaza mzuri wa utakatifu na utukufu. Kiti cha Enzi kiko katikati mbinguni na kando ya Kiti cha Enzi cha Mungu kuna Kiti cha Enzi cha Mwanakondoo, na pia kinang'aa kwa mwanga wa utukufu. Kwa hiyo, mbinguni hakuhitaji jua wala mwezi, au mwangaza wa aina yoyote au umeme kuangaza huko. Hakuna usiku wala mchana huko mbinguni.

Kisha Waebrania 12:14 inatuhimiza "Tafuteni kwa bidii kuwa na amani na watu wote, na huo utakatifu, ambao hapana mtu atakayemwona Bwana asipokuwa nao." Yesu anakuahidi katika Mathayo 5:8 kwamba "Heri wenye moyo safi, maana hao watamwona Mungu."

Kwa hiyo, hao waamini wanaouacha uovu kutoka mioyoni mwao na kulitii neno la Mungu kabisa wanaweza kuuona uso wa Mungu. Kiasi kwamba wanafanana na Bwana, waamini watabarikiwa katika ulimwengu huu, na pia kuishi karibu na Kiti cha Enzi Mungu mbinguni.

Watu watafurahi sana ikiwa watauona uso wa Mungu, watamtumikia, na kushiriki upendo pamoja naye milele na milele! Hata hivyo, kama vile ambavyo huwezi kuangalia jua moja kwa moja kwa sababu ya mwangaza wake mkali, wale wasiofanana na moyo wa Bwana hawawezi kumuona Mungu kwa karibu.

Kufurahia Furaha ya Kweli ya Mbinguni Milele

Unaweza kufurahia furaha ya kweli katika chochote unachofanya mbinguni kwa sababu ndiyo thawabu kubwa ambayo Mungu amewaandalia wanawe kwa upendo mkuu. Malaika watawatumikia wana wa Mungu, kama Waebrania 1:14 isemavyo, "Hao wote si roho watumikao, wakitumwa kuwahudumia wale watakaourithi wokovu?" Kama vile watu walivyona na viwango tofauti vya imani, hata hivyo, ukubwa wa nyumba na idadi ya malaika wanaohudumu itakuwa tofauti kulingana na jinsi watu wanavyofanana na Mungu.

Watahudumiwa kama wana wa mfalme kwa sababu malaika watasoma akili ya mabwana zao ambao ndiyo wanaowafanyia kazi na kuwaandalia chochote wanachohitaji. Zaidi ya hayo, wanyama na mimea watawapenda wana wa Mungu na kuwatumikia. Wanyama huko mbinguni watawatii wana wa Mungu bila masharti na wakati mwignine kujaribu kufanya mambo mazuri kuwapendeza kwa sababu hawana uovu.

Je, mimea ya mbinguni iko namna gani? Kila mumea una harufu nzuri ya kupendeza, na wakati wowote wana wa Mungu wanapoyakaribia, yanatoa harufu nzuri. Maua hutoa harufu nzuri sana kwa ajili ya watu wa Mungu, na hata harufu huenea mbali. Harufu hiyo hunukia tena mara tu inapotolewa.

Pia, matunda ya aina kumi na mbili ya mti wa uzima yana ladha yake ya kipekee. Ukinusa harufu nzuri ya maua au kula matunda ya mti wa uzima, utaburudishwa na kufurahi kiasi kwamba huwezi kulinganisha na kitu chochote cha ulimwengu huu.

Zaidi ya hayo, tofauti na mimea ya dunia hii, maua ya mbinguni yatatabasamu wakati wana wa Mungu watakapoyakaribia. Hata watacheza kwa ajili ya mabwana zao na pia watu wataweza kuongea nao.

Hata mtu akitunda ua lolote, halitaumia au kuhuzunika, lakini litahuishwa kwa uwezo wa Mungu. Ua litakalochunwa litayeyushwa hewani na kutoweka. Tunda lile liliwalo na watu pia litayeyushwa litoe harufu nzuri na lipotee kwa kupita kupumua.

Kuna majira manne mbinguni, na watu wanaweza kufurahia mabadiliko hayo ya majira. Watu watahisi upendo wa Mungu wakifurahia hali maalumu ya kila majira: majira ya kuchipua, majira ya joto, majira ya majani kupukutika, majira ya baridi. Sasa mtu anaweza kuuliza, "Je, bado tuaumizwa na joto kali la majira ya joto na majira ya baridi huko mbinguni?" Hali ya hewa mbinguni, hata hivyo, inaunda mazingira mazuri sana ya wana wa Mungu kuishi, na hawatateseka kutokana na joto wala baridi.

Ijapokuwa miili ya kiroho haiwezi kuhisi baridi au joto ikiwa katika maeneo ya baridi au joto, bado inaweza kuhisi hewa ya baridi na yenye joto kiasi. Kwa hiyo hakuna mtu atakayeteseka kutokana na hali ya hewa ya joto na ya baridi huko mbinguni.

Wakati wa kupukutika majani, wana wa Mungu wanaweza kufurahia majani mazuri yaliyopukutika, na wakati wa majira ya baridi wanaweza kuona theluji. Wataweza kufurahia uzuri ambao unapendeza zaidi kushinda kitu chochote katika ulimwengu huu. Sababu ya Mungu kutengeneza majira manne mbinguni ni kuwawezesha watoto wake kufahamu kwamba kila wanachokitaka kimewekwa tayari wakifurahie mbinguni. Pia, ni mfano wa upendo wake wa kutosheleza watoto wake wanapoikumbuka dunia hii ambamo walijengwa na kuwa wana wa kweli wa Mungu.

Mbinguni kuko katika hali nne za kiulimwengu ambazo haziwezi kulinganishwa na ulimwengu huu. Umejaa upendo wa Mungu na nguvu, na una matukio yasiyo na mwisho na shughuli ambazo watu hawawezi hata kuzielezea. Utajifunza zaidi juu ya maisha ya milele ya furaha ambayo waamini wataishi huko mbinguni katika sura ya 5.

Wale watu waliyoandikwa katika kitabu cha uzima cha Mwanakondoo pekee ndio wataingia mbinguni. Katika ilivyoandikwa katika Ufunuo 21:6-8, yule anayekunywa Maji ya Uzima na kufanyika mwana wa Mungu ndiye anayeweza kuurithi ufalme wa Mungu.

Akaniambia, Imekwisha kuwa. Mimi ni Alfa na Omega, Mwanzo na Mwisho. Mimi nitampa yeye aliye na kiu, maji kutoka chemchemi ya maji ya uzima, bure. Yeye ashindaye atayarithi haya, nami nitakuwa Mungu wake, naye atakuwa mwanangu. Bali waoga, na wasioamini, na wachukizao, na wauaji, na wazinzi, na wachawi, na hao waabuduo sanamu, na waongo wote, sehemu yao ni katika lile ziwa liwakalo moto na kiberiti. Hii ndiyo mauti ya pili."

Ni jukumu muhimu la mwanadamu kumwogopa Mungu na kuzifuata amri zake (Mhubiri 12:13). Kwa hiyo ikiwa humwogopi Mungu au kuliasi neno lake na kuendelea kutenda dhambi wakati unajua unatenda dhambi, huwezi kuingia mbinguni. Waovu, wauaji, wazinzi, wachawi, na waabuduo sanamu ambao wameshindwa kutumia akili zao bila shaka hawataenda mbinguni. Walimpuzilia mbali Mungu, wakatumikia pepo, na kuiamini miungu ya kigeni na kumfuata adui Shetani na ibilisi.

Pia, wale wanaosema uwongo kwa Mungu na kumdanganya, na kuongea maneno ya kumkufuru Roho Mtakatifu hawataingia mbinguni kamwe. Kama nilivyoeleza katika kitabu changu cha Jehanamu, watu hawa watapata adhambu ya milele huko jehanamu.

Kwa hiyo, ninaomba katika jina la Bwana kwamba hutampokea Yesu Kristo tu na kupata haki ya kuwa mwana wa Mungu, lakini pia kufurahia furaha ya milele katika mbingu nzuri ambayo ni safi kama bilauri kwa kulifuata neno la Mungu.

Sura ya 2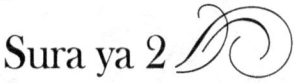

Bustani ya Edeni na Mahali Pa Kusubiria Mbinguni

1. Bustani ya Edeni Alikoishi Adamu
2. Watu Wanatengenezwa Duniani
3. Mahali Pa Kusubiria Mbinguni
4. Watu Hawakai Mahali Pa Kusubiria

BWANA Mungu
Akapanda bustani upande wa Mashariki wa Edeni;
akamweka ndani yake huyo mtu aliyemfanya.
BWANA Mungu akachipuza
katika ardhi kila mti
unaotamanika kwa macho na kufaa kwa kuliwa;
na mti wa uzima katikati ya bustani,
na mti wa ujuzi wa mema na mabaya.

- Mwanzo 2:8-9 -

Adamu, ambaye alikuwa mwanadamu wa kwanza kuumbwa na Mungu, aliishi katika Bustani ya Edeni kama roho iishiyo ikiwasiliana na Mungu. Hata hivyo, baada ya muda mrefu, Adamu alitenda dhambi ya uasi kwa kula tunda la mti wa ujuzi wa mema na mabaya uliokatazwa na Mungu. Matokeo yake yakawa, roho yake, ambayo ndiyo bwana wa mwanadamu, ikafa. Alifukuzwa kutoka Bustani ya Edeni na ikambidi kuishi hapa duniani. Sasa roho za Adamu na Hawa zilikufa na mawasiliano na Mungu yakakatika. Kwa kuishi katika nchi iliyolaaniwa, waliweza kukumbuka sana Bustani ya Edeni?

Mungu anayejua yote alikuwa amejua mapema kuhusu kuasi kwa Adamu na kumwandaa Yesu Kristi, na kufungua njia ya wokovu wakati ulipofika. Kila mtu aliyeokolewa kwa imani atarithi mbingu ambayo haiwezi kulinganishwa na Bustani ya Edeni.

Baada ya Yesu kufufuka na kwenda mbinguni, ameandaa mahali pa kusubiria ambapo wale watu waliookoka wanaweza kukaa hadi Siku ya Hukumu, huku wakiandaliwa makao yao. Hebu tuangalie Bustani ya Edeni na Mahali pa Kusubiria mbinguni ili tuweze kuelewa mbinguni vizuri zaidi.

1. Bustani ya Edeni Alikoishi Adamu

Mwanzo 2:8-9 inaeleza Shamba la Edeni. Hapa ndipo alipoishi mwanaume na mwanamke wa kwanza, Adamu na Hawa, walioumbwa.

BWANA Mungu akapanda bustani upande wa mashariki wa Edeni, akamweka ndani yake huyo mtu aliyemfanya. BWANA Mungu akachipusha katika ardhi kila mti unaotamanika kwa macho na kufaa kwa kuliwa; na mti wa uzima katikati ya bustani, na mti wa ujuzi wa mema na mabaya.

Bustani ya Edeni ilikuwa mahali ambapo Adamu, aliyekuwa roho iishiyo, alipokuwa ataishi, kwa hiyo ilibidi iundwe mahali katika ulimwengu wa kiroho. Basi, leo hii Bustani ya Edeni iko wapi, pale palipokuwa makazi ya mwanadamu wa kwanza, Adamu?

Mahali Bustani ya Edeni Ilipo

Mungu ametaja "mbingu" mahali kwingi katika Biblia ili akufanye ujue kwamba kuna nafasi katika ulimwengu wa kiroho kupitia lile anga unaloona kwa macho haya. Alitumia neno "mbingu" kukusaidia kuelewa sehemu zinazomilikiwa na ulimwengu wa kiroho.

Tazama, mbingu ni mali ya BWANA, Mungu wako, na mbingu za mbingu, na nchi, na vitu vyote vilivyomo (Kumbukumbu 10:14).

Ameiumba dunia kwa uweza wake, ameuthibitisha ulimwengu kwa hekima yake; na kwa ufahamu wake amezitandika mbingu (Yeremia 10:12).

Msifuni, enyi mbingu za mbingu, nanyi maji mlioko juu ya mbingu! (Zaburi 148:4)

Kwa hiyo, lazima uelewe kwamba "mbinguni" haimaanishi anga tu kama unavyoliona kwa macho yako. Katika Mbingu ya Kwanza ambapo jua, mwezi, na nyota viko, huko kuna Mbingu ya Pili na Mbingu ya Tatu ambavyo ni vitu vya ulimwenugu wa kiroho. Katika 2 Kor 12, Paulo mtume anaongea juu ya Mbingu ya Tatu. Mbingu yote kuanzia Paradiso hadi Yerusalemu Mpya viko katika Mbingu ya Tatu.

Mtume Paulo alikuwa amezuru Paradiso, ambako ni mahali kwa wale wenye imani ya kiwango cha chini, na pia ndipo mahali palipo mbali zaidi na Kiti cha Enzi cha Mungu. Na huko akasikia siri za mbinguni. Bado, alikiri kwamba "ni mambo ambayo mwanadamu haruhusiwi kusema."

Je, ile Mbingu ya Pili ni aina gani ya ulimwengu wa kiroho? Hii ni tofauti na Mbingu ya Tatu, na Bustani ya Edeni iko hapa. Watu wengi wanafikiria kwamba Bustani ya Edeni iko humu duniani. Wasomi wengi wa Biblia na watafiri waliendelea kufanya utafiti wao wa kiakaeolojia na uchunguzi sehemu za Mesopotamia na mito ya juu ya Frati na Hidekeli huko Mashariki ya Kati. Hata hivyo, hawajagundua chochote kufikia sasa. Sababu inayofanya watu washindwe kupata Bustani ya Edeni hapa duniani ni kwamba inapatikana katika Mbingu ya Pili ambayo ni ya ulimwengu wa kiroho.

Mbingu ya Pili pia ndiyo makazi ya pepo ambao walifukuzwa kutoka Mbingu ya Tatu baada ya uasi wa Lusifa. Mwanzo 3:24 inasema, "Basi akamfukuza huyo mtu, akaweka Makerubi, upande wa mashariki wa bustani ya Edeni, na upanga wa moto uliogeuka huku na huko, kuilinda njia ya mti wa uzima." Mungu alifanya hivi kuzuia pepo wabaya wasipate uzima wa milele kwa kuingia kwenye Bustani ya Edeni na kula matunda ya mti wa uzima.

Malango Ya Kuingilia Bustani ya Edeni

Sasa usichukulie kwamba Mbingu ya Pili iko juu ya Mbingu

ya Kwanza, na Mbingu ya Tatu kuwa juu ya Mbingu ya Pili. Huwezi kuelewa nafasi ya ulimwengu wa sehemu nne na zaidi kwa uelewa na maarifa ya ulimwengu wa sehemu tatu. Basi hizo mbingu zimepangwa namna gani? Ulimwengu wenye sehemu tatu unaouona na mbingi za kiroho vinaonekana kutenganishwa lakini wakati huo huo vimeunganishwa na kuingiliana. Kuna malango yanayounganisha ulimwengu wenye sehemu tatu na ulimwengu wa kiroho.

Ijapokuwa huwezi kuyaona, haya malango yanaunganisha Ulimwengu wa Kwanza na Bustani ya Edeni katika Mbingu ya Pili. Pia kuna kuna malango yanayoelekea kwenye Mbingu ya Tatu. Malango hayo hayako juu sana, lakini yako takribani urefu wa mawingu unayoyaona chini ukiwa ndani ya ndege.

Katika Biblia, unaweza kuona kwamba kuna malango yanayoelekea mbinguni (Mwanzo 7:11; 2 Wafalme 2:11; Luka 9:28-36; Matendo 1:9; 7:56). Kwa hiyo wakati lango la mbinguni linapofunguka, inawezekana kupanda kwenye mbingu tofauti katika ulimwengu wa kiroho na wale ambao wameokokoka kwa imani wanaweza kwenda kwenye Mbingu ya Tatu.

Ni sawa na kuzimu kule kule na jehanamu. Sehemu hizi pia ni za ulimwengu wa kiroho na kuna malango yanayoelekea sehemu hiyo pia. Kwa hiyo watu wasiokuwa na imani wanapokufa, wataenda chini huko Kuzimu, ambako kunamilikiwa na jehanamu, au wataenda moja kwa moja hadi jehanamu kupitia kwa malango haya.

Sehemu za Kiroho na Kimwili Zinakaa Pamoja

Bustani ya Edeni, ambayo ni ya Mbingu ya Pili, iko katika ulimwengu wa kiroho, lakini I tofauti na ulimwengu wa kiroho wa Mbingu ya Tatu. Si ulimwengu wa kiroho kabisa kabisa kwa sababu unaweza kuwa pamoja na ulimwengu wa kimwili. Kwa maneno mengine, Bustani ya Edeni iko katikati ya ulimwengu wa kimwili na ulimwengu wa kiroho. Mwanadamu wa kwanza Adamu alikuwa roho iliyo hai, lakini bado alikuwa na mwili uliotokana na mavumbi. Kwa hiyo Adamu na Hawa walizaana na kuongezeka huko, walizaa watoto kama vile tunavyozaa sisi (Mwanzo 3:16).

Hata baada ya mwanadamu wa kwanza Adamu kula tuna la mti wa ujuzi wa mema na mabya na kufukuzwa kutoka hapa ulimwenguni, watoto wake waliobaki katika Bustani ya Edeni bado leo hii wanaishi kama roho zilizo hai, hazifi. Bustani ya Edeni ni mahali pa amani sana ambapo hakuna mauti. Inaendeshwa na uweza wa Mungu na kudhibitiwa na sheria na maagizo yaliyowekwa na Mungu. Hata ijapokuwa hakuna tofauti kati ya mchana na usiku, ukoo wa Adamu kwa kawaida wakati wa kutenda kazi, wa kupumzika, na kadhalika.

Pia, Bustani ya Edeni ina mandhari yale sawa na dunia hii. Imejaa mimea mingi, wanyama, na wadudu. Vilevile ina uasilia na uzuri usio na mwisho. Hata hivyo, hakuna milima mirefu isipokuwa vilima vidogo tu. Kwenye vilima hivi, kuna majengo yaliyofanana na nyumba, lakini watu hupumzika tu ndani yake na wala si kuishi humo.

Mahali Pa Likizo Kwa Adamu na Watoto Wake

Mwanadamu wa kwanza Adamu aliishi kwa muda mrefu sana katika Bustani ya Edeni akizaa na kuongezeka. Kwa kuwa Adamu na watoto wake walikuwa roho zilizo hai, waliweza kushuka chini duniani bila wasi wasi kupitia malango ya Mbingu ya Pili.

Kwa sababu Adamu na watoto wake waliitembelea dunia kama mahali pao pa likizo kwa muda mrefu, sharti utambue kwamba historia ya mwanadamu ni ndefu sana. Wengine huchanganya historia hii na ile ya miaka elfu sita ya kuanzishwa kwa mwanadamu na hawaamini Biblia.

Ukichunguza ustaarabu wa zamani wa kuishi kwa makini, utaona kwamba Adamu na watoto wake walikuwa wakija hapa duniani. Kwa mfano piramidi na Sanamu ya jiwe huko Giza, Misri, ni nyayo za Adamu na watoto wake walioishi katika Bustani ya Edeni. Nyayo hizi, zinazopatikana kila mahali duniani, zilijengwa kwa kutumia sayansi na teknolojia ngumu na ya ajabu, hivi kwamba huwezi hata kuigiza kwa kutumia maarifa ya sayansi ya leo.

Kwa mfano, Piramidi zina hesabu za ajabu za hisabati, na maarifa ya jometri na elimu ya nyota ambayo unaweza kufahamu tu kwa utafiti wa hali ya juu. Zina siri nyingi ambazo unaweza kuzielewa tu wakati unapojua idadi ya makundi ya nyota na mzunguko wa anga. Watu wengine wanachukulia huo ustaarabu wa zamani wa ajabu kama nyayo za wageni wa kutoka nje ya anga lakini ukitumia Biblia, unaweza kusuluhisha mambo hayo yote ambayo hata sayanasi haiwezi kung'amua.

Nyayo za Ustaarabu wa Edeni

Adamu akiwa katika Bustani ya Edeni alikuwa na maarifa na ustadi wa ajabu usioweza kufikirika. Hii ilitokana na Mungu kumfundisha Adamu maarifa ya kweli, na maarifa na uelewa vilirundika pamoja na kuendelea baada ya muda. Kwa hiyo kwa Adamu, aliyejua kila kitu juu ya anga na kuitawala dunia, halikuwa jambo gumu kujenga Piramidi na Sanamu ya Mawe. Kwa kuwa Mungu alikuwa amemfundisha Adamu moja kwa moja, mwanadamu wa kwanza alijua mambo yale ambayo wewe bado hadi leo huyajui au kuyaelewa kwa sayansi ya kisasa.

Piramidi nyingine zilijengwa kwa ujuzi na maarifa ya Adamu, lakini nyingine zilijengwa na watoto wake, na bado nyingine zilijengwa na watu wa dunia hii waliojaribu kuiga piramidi za Adamu baada ya muda mrefu. Piramidi hizi zote zina tofauti ya kipekee ya kiteknolojia. Hii ni kwa sababu Adamu peke yake ndiye aliyekuwa na mamlaka aliyopewa na Mungu ya kutawala viumbe vyote.

Adamu aliishi miaka mingi sana katika Bustani ya Edeni, mara kwa mara alikuwa akizuru hapa duniani, lakini alifukuzwa kutoka Bustani ye Edeni baada ya kutenda dhambi ya uasi. Hata hivyo, Mungu hakufunga malango yanayounganisha dunia na Bustani ya Edeni kwa muda baada ya hapo.

Kwa hiyo, watoto wa Adamu ambao bado waliishi katika Bustani ya Edeni walishuka chini duniani bila wasi wasi, na walipokuwa wakizuru mara kwa mara, walianza kuwaoa wasichana wa wanadamu (Mwanzo 6:1-4).

Kisha, Mungu aliyafunga malango ya angani yanayounganisha dunia na Bustani ya Edeni. Hata hivyo, safari zao hazikukoma kabisa, lakini zilidhibitiwa vikali kushinda awali. Lazima utambue kwamba mengi yanayohusu ustaarabu wa zamani ambayo hayajasuluhishwa ni nyayo za Adamu na watoto wake, zilizobaki wakati walipokuwa wakizuru duniani mara kwa mara.

Historia ya Wanadamu na Dinosaria Duniani

Kwa nini basi, dinosaria waliishi duniani na kwa ghafla wakatoweka? Huu pia ndio ushahidi muhimu sana unaoonyesha jinsi historia ya mwanadamu ilivyo ya zamani sana. Hii ni siri ambayo inaweza tu kung'amuliwa katika Biblia.

Mungu alikuwa ameweka dinosaria katika Bustani ya Edeni. Hawakuwa wengi, lakini walifukuzwa na kutupwa hapa duniani kwa sababu waliingia kwenye mtego wa Shetani wakati Adamu alipokuwa akizuru duniani bila shida na kurudi Bustani ya Edeni. Sasa, kwa vile dinosaria walilazimika kuishi hapa duniani ilibidi watafute kitu chochote cha kula. Tofauti na ilivyokuwa walipoishi katika Bustani ya Edeni, ambako kila kitu kilipatikana kwa wingi, dunia hii huenda haikuweza kuzalisha chakula cha kutosha dinosaria ambao walikuwa na miili mikubwa. Walikula matunda, nafaka, na mimea, na wakaanza kula wanyama. Walikuwa karibu kuyaharibu mazingira na mtiririko wa chakula. Hatimaye Mungu aliamua kwamba hangeweza kuwaweka dinosaria duniani, hivyo akawaangamiza kwa moto uliotoka juu.

Leo hii, wasomi wengu wanahoji kwamba dinosaria waliishi hapa duniani kwa miaka mingi. Wanasema kwamba dinosaria waliishi kwa zaidi ya miaka milioni mia moja na sitini. Hata hivyo, hakuna hata moja ya madai hayo yanaelezea vya kutosha jinsi dinosaria wengi walichipuka kwa ghafla na kupotea kwa ghafla. Pia, ikiwa dinosaria wakubwa jinsi hiyo waliendelea kubadilika na kuwa jinsi walivyo kwa muda mrefu, walikuwa wakila nini ili waendelee kuishi?

Kulingana na nadharia ya mageuko, kabla ya aina nyingi za dinosaria kujitokeza, ilibidi kuwe na aina nyingi za viumbe, lakini hata hivyo hakuna ithibati hata moja. Kwa kawaida, ili aina yoyote au jamii ya mnyama iweze kutoweka, huanza kupungua idadi kadri muda unavyokwenda, na hatimaye hutoweka kabisa. Hata hivyo, dinosaria walipotea kwa ghafla.

Wasomi wanahoji kwamba haya yalitokana na mabadiliko ya hewa ya ghafla, virusi, mnurisho uliotokana na mlipuko wa nyota nyingine, au kugongana kwa mavi ya nyota na dunia. Hata hivyo, ikiwa mabadiliko hayo yalileta janga lililoua dinosaria zotw, basi wanyama wengine wote na mimea ingekuwa imetoweka vile vile. Hata hivyo mimea mingine, ndege, au wananyama wazaao, bado wanaishi hadi leo, kwa hiyo uhalisia hauruhusu nadharia ya mageuko.

Hata kabla dinosaria hawajatokeza katika dunia hii, Adamu na Hawa waliishi katika Bustani ya Edeni, wakati mwingine walikuwa wakija duniani. Sharti utambue kwamba historia ya dunia ni ndefu sana.

Unaweza kujifunza mambo ya kina zaidi kupitia "Mihadhara juu ya Mwanzo" niliyoihubiri. Kuanzia sasa na kuendelea, ningependa kueleza uzuri na asili ya Bustani ya Edeni.

Uzuri Asilia wa Bustani ya Edeni

Umelala chini mahali kwenye miti mizuri na maua mazuri, ukipokea mwanga unaoangazia mwili wako wote kwa njia laini, na huku ukiangalia juu angani ambako kuna mawingu safi yanayoning'inia na kufanya miundo mbali mbali.

Ziwa linang'aa vizuri kwenye mteremko, na upepo mwanana wenye harufu nzuri ya maua inayopita karibu yako kwa upesi. Unaweza kuwa na mazungumzo ya furaha na wale uwapendao, na kuhisi furaha. Wakati mwingine unaweza kulala chini kwenye nyasi nyingi au mlima wa maua na kuhisi harufu nzuri kwenye maua. Unaweza kulala chini kwenye kivuli cha mti, ambao unazaa matunda makubwa na matamu, na kula matundi kadri uwezavyo.

Katika ziwa na katika bahari kuna aina nyingi za samaki wenye rangi nzuri. Ikiwa unataka, unaweza kwenda ufukweni hapo karibu na kufurahia mawimbi yanayoburudisha au mchanga mweupe unaong'aa pamoja na mwangaza wa jua. Au, ukitaka, unaweza kuogelea kama hao samaki.

Paa wanaopendeza, sungura au kuchakuro wenye macho mazuri watakuja kwako na kutenda mambo mazuri. Katika nyika

kubwa, wanyama wengi wanacheza pamoja kwa amani.
Hii ndiyo Bustani ya Edeni, ambako kuna amani nyingi na furaha ya ajabu. Watu wengi katika ulimwengu huu yamkini wangependa kuacha ashughuli nyingi za duniani na kuwa na aina hii ya amani na utulivu hata ikiwa mara moja tu.

Maisha ya Utele katika Bustani ya Edeni

Watu katika Bustani ya Edeni wanaweza kula na kufurahia kama wapendavyo hata ikiwa hawatafanya kazi yoyote. Hakuna fadhaa zozote, wasiwasi, au matatizo, na imejaa furaha tu, uchangamfu na amani. Kwa sababu kila kitu kinaendeshwa kwa sheria na maagizo ya Mungu, watu huko hufurahia uzima wa milele hata ijapokuwa hawajafanyia kazi chochote.

Katika Bustani ya Edeni, ambayo ina mazingira sawa na dunia hii, mandhari mengi ya dunia hii yanapatikana huko pia. Hata hivyo, kwa sababu hakuchafuliwi au kubadilika tangu kulivyoumbwa mara ya kwanza, Bustani ya Edeni inadumisha hali yake ya kuwa safi na kupendeza tofauti na mandhari ya dunia hii.

Pia, hata ijapokuwa watu katika Bustani ya Edeni kwa kawaida hawavai nguo, hawaoni aibu na si wazinifu kwa sababu si wa asili ya dhambi na hawana uovu mioyoni mwao. Ni kama vile mtoto mchanga anavyojeza bila wasi wasi huku akiwa uchi, hasumbuliwi na chochote wala hajali watu watafikiria nini au watasema nini.

Mazingira ya Bustani ya Edeni yanafaa kwa wale watu hata ikiwa hawavai nguo zozote, hivyo hawahisi hali ya kuona aibu kwa kuwa uchi. Itakuwa raha ilioje kwa sababu hakuna wadudu wabaya au miiba inayoweza kudhuru ngozi yako!

Watu wengine huvaa nguo. Hao ni viongozi wa makundi

yenye ukubwa fulani. Vilevile kuna sheria na kanuni katika Bustani ya Edeni. Katika kundi moja, kuna kiongozi na wale wanakikundi humtii na kumfuata. Viongozi hawa huvaa nguo, tofauti na wengine, lakini huvaa nguo kuonyesha hadhi yao, si kwa lengo la kufunika, kujilinda, au kujipamba wenyewe.

Mwanzo 3:8 inaonyesha mabadiliko ya hali ya joto katika Bustani ya Edeni: "Kisha wakasikia sauti ya BWANA Mungu, akitembea bustanini wakati wa jua kupunga; Adamu na mkewe wakajificha kati ya miti ya bustani, BWANA Mungu asiwaone." Utaona kwamba watu wana hisia za "jua kupunga" katika Bustani ya Edeni. Hata hivyo, haimaanishi kwamba watatokwa na jasho wakati wa siku yenye joto au kutetemeka sana wakati wa siku yenye baridi kama ingalivyokuwa katika dunia hii.

Bustani ya Edeni wakati wote ina hali viwango vya joto vinavyopendeza, unyevyevu, na upepo, hivi kwamba hakuna hali ya usumbufu unaotokana na mabadiliko ya viwango vya joto.

Pia, katika Bustani ya Edeni hakuna mchana wala usiku. Wakati wote imezungukwa na nuru ya Mungu Baba na wakati wote unahisi kana kwamba ni mchana. Watu wana wakati wa kupumzika, na wanatofautisha wakati wa kushughulika na wakati wa kupumzika kupitia mabadiliko ya viwango vya joto.

Mabadiliko haya ya viwango vya joto, hata hivyo, hayamaanishi kwamba joto litaongezeka au kupungua kwa kiwango kikubwa na kuwafanya watu wahisi joto au baridi kwa ghafla. Lakini itawafanya wajihisi vizuri wakipumzika katika upepo mzuri na laini.

2. Watu Wanatengenezwa Duniani

Bustani ya Edeni ni pana sana na kubwa hivi kwamba huwezi

kufikiria ukubwa wake. Ni kubwa mara karibu bilioni moja ya dunia hii. Mbingu ya Kwanza ambako watu wanaweza kuishi kwa miaka sabini au themanini unaonekana kutokuwa na mwisho, imepanuka kuanzia kwenye mfumo wa jua hadi kupita kule kwenye mfumo wa nyota. Ni jinsi gani Bustani ya Edeni ilivyo kubwa, ambako watu wanaongezeka bila kuonja mauti yoyote, kushinda Mbingu ya Kwanza?

Wakati huo huo, haijalishi Bustani ya Edeni inapendeza kiasi gani, ina utele kiasi gani, na kubwa kiasi gani, bado haiwezi kulinganishwa na mahali popote mbinguni. Hata Paradiso, ambayo iko Mahali Pa Kusubiria Mbinguni, ni nzuri zaidi na mahali penye furaha zaidi. Uzima wa milele katika Bustani ya Edeni ni tofauti sana na uzima wa milele mbinguni.

Kwa hiyo, kwa kuchunguza mpango wa Mungu na hatua kadhaa juu ya kufukuzwa kwa Adamu kutoka Bustani ya Edeni na kutengenezwa hapa duniani, utaona jinsi Bustani ya Edeni ilivyo tofauti na Mahali pa Kusubiria Mbinguni.

Mti Wa Ujuzi wa Mema na Mabaya katika Bustani ye Edeni

Mwanadamu wa kwanza Adamu aliweza kula chochote alichotaka, kutiisha viumbe, na kuishi milele katika Bustani ya Edeni. Ukisoma Mwanzo 2:16-17, Mungu anamwamuru mwanadamu, "Uko huru kula matunda ya mti wo wote katika bustani, lakini kamwe usile matunda ya mti wa ujuzi wa mema na mabaya, kwa maana siku utakapokula matunda yake, hakika utaku." Hata ijapokuwa Mungu alikuwa amempa Adamu mamlaka makubwa kutiisha viumbe wote na uhuru wa kuchagua, alimkataza Adamu vikali asile kutoka kwenye mti wa ujuzi wa mema na mabaya. Katika Bustani ya Edeni, kuna aina nyingi ya matunda mazuri yanayopendeza, yenye rangi nzuri na matamu ambayo hayawezi kulinganishwa na yale yaliyoko duniani. Mungu aliyaweka matunda yote chini ya udhibiti wa Adamu, ili aweze kula kama apendavyo.

Tunda la mti wa ujuzi wa mema na mabaya, hata hivyo, halikupaswa kuliwa. Kupitia kwa hili, utaweza kutambua kwamba ijapokuwa Mungu alijua mapema kwamba Adamu angekula tunda la mti wa ujuzi wa mema na mabaya, hakumwacha Adamu atende dhambi. Kama vile watu wengi wanakosa kuelewa, ikiwa Mungu alikuwa amepanga kumjaribu Adamu kwa kuweka mti wa ujuzi wa mema na mabaya, huku akijua kwamba Adamu angeula, hangempa Adamu maagizo makali. Kwa hiyo unaona kwamba Mungu hakuweka mti wa ujuzi wa mema na mabaya na kumwacha Adamu ale au amjaribu Adamu.

Kama ilivyoandikwa katika Yakobo 1:13, "Mtu ajaribiwapo, asiseme, Ninajaribiwa na Mungu; maana Mungu hawezi kujaribiwa na maovu, wala yeye mwenyewe hamjaribu mtu," Mungu mwenyewe hamjaribu mtu yeyote.

Basi, kwa nini Mungu aliweka mti wa ujuzi wa mema na mabaya katika Bustani ya Edeni?

Ikiwa unaweza kuhisi una furaha, au umechangamka, ni kwa sababu umepitia hisia za huzuni, uchungu na fadhaa. Vivyo hivyo, ikiwa unajua wema, ukweli, na nuru ni vizuri, hiyo ni kwa sababu umepitia na unajua uovu, uwongo, na giza ni mambo mabaya.

Iikiwa hujapitia hali hii ya vitu vinavyohusiana, huwezi kuhisi moyoni mwako jinsi upendo, wema, na furaha vilivyo hata ikiwa unajua akilini mwako kwamba hayo ni mazuri.

Kwa mfano, je, mtu ambaye hajawahi kuwa mgonjwa au kuona mtu yeyote akiwa mgonywa, anaweza kujua maumivu ya ugonjwa? Mtu huyu hata hangejua kwamba ni jambo zuri kuwa na afya njema. Pia, ikiwa mtu hajawahi kuwa mhitaji, na hajawahi kumjua mtu yeyote mwenye mahitaji, atawezaje kujua umaskini? Mtu wa aina hii hangeweza kuhisi kwamba ni "vyema" kuwa tajiri, haijalishi ni tajiri kiasi gani. Vivyo hivyo, ikiwa mtu hajawahi kupitia umaskini, hawezi kuwa na shukrani kutoka katika kilindi cha moyo wake.

Ikiwa mtu hajui thamani ya vitu vizuri alivyo navyo, hajui thamani ya furaha anayofurahia. Hata hivyo, ikiwa mtu amepitia uchungu wa magonjwa na huzuni ya umaskini, basi ataweza kuwa na shukrani moyoni mwake kwa ajili ya furaha inayotokana na afya njema na utajiri. Hii ndiyo sababu iliyomfanya Mungu kuweka mti wa ujuzi wa mema na mabaya.

Kwa hiyo, Adamu na Hawa, waliofukuzwa kutoka Bustani ya Edeni, walipitia uhusiano huu na kutambua upendo na baraka alizowapa Mungu. Hapo ndipo waliweza kuwa wana wa kweli wa Mungu waliotambua thamani ya furaha ya kweli na uzima.

Hata hivyo, Mungu hakumwelekeza Adamu kuifuata njia hiyo. Adamu alichagua kuasi amri ya Mungu kwa hiari yake. Kwa upendo wake na haki yake, Mungu alikuwa amepanga jinsi ya kumjenga mwanadamu.

Upaji wa Mungu wa Kumjenga Mwanadamu

Wakati watu wa Bustani ya Edeni walipofukuzwa kutoka huko na kuanza kuimarishwa hapa duniani, iliwabidi kupitia kila aina ya mateso kama vile kilio, huzuni, uchungu, magonjwa, na mauti. Lakini kuliwafanya kuhisi furaha ya kweli na kufurahia uzima wa milele mbinguni, sawa na shukrani zao za dhati.

Kwa hiyo, kutufanya kuwa wana wa kweli kupitia kwa kuimarishwa kibinadamu ni mfano tu wa upendo wa ajabu wa

Mungu na mpango wake. Wazazi hawengefikria kwamba ni jambo la kupoteza wakati kuwafundisha na wakati mwingine kuwaadhibu watoto wao ikiwa kwa kufanya hivyo kutawaletea watoto wao mafanikio na kuleta tofauti. Pia, ikiwa watoto wanaamini katika utukufu watakaopokea katika siku zijazo, watakuwa na subira na kushinda hali na vikwazo vyote.

Vivyo hivyo, ukifikiria juu ya furaha ya kweli utakayofurahia huko mbinguni, kuimarishwa hapa duniani si jambo gumu au la kuumiza. Badala yake, ungeshukuru kwa kuweza kuishi kulingana na neno la Mungu kwa sababu unatarajia utukufu utakaopokea baadaye.

Sasa Mungu angempenda nani zaidi—ni yule ambaye anamshukuru Mungu baada ya kupitia shida nyingi hapa duniani, au watu walio katika Bustani ya Edeni ambao hawashukuru kwa kile walicho nacho hata ijapokuwa wanaishi katika mandhari nzuri na mazingira ya utele?

Mungu alimuimarisha Adamu, ambaye alifukuzwa kutoka Bustani ya Edeni, na anawajenga watu wa ukoo wa Adamu hapa duniani ili wawe watoto wake wa kweli. Wakati uimarishaji huu utakapokamilika na nyumba kuwa tayari mbinguni, Bwana atarudi. Ikiwa unaishi mbinguni, utakuwa na furaha ya milele kwa sababu hata sehemu ya chini kabisa ya mbinguni haiwezi kulinganishwa na uzuri wa Bustani ya Edeni.

Kwa hiyo, sharti utambue upaji wa Mungu katika kumwimarisha mwanadamu na ujitahidi kuwa mwanawe wa kweli anatenda sawa na Neno lake.

3. Mahali Pa Kusuburia Mbinguni

Uzao wa Adamu, wale waliomwasi Mungu, wamepangiwa

kufa mara moja, na baada ya hapo kusimama mbele ya Siku ya Hukumu (Waebrania 9:27). Hata hivyo, roho za wanadamu haziwezi kufa, hivyo lazima ziende mbinguni au jehanamu. Hata hivyo, haziendi mbinguni au jehanamu moja kwa moja, bali kukaa Mahali Pa Kusubiria mbinguni au jehanamu. Basi hapo Mahali pa Kusubiria ambako watoto wa Mungu hukaa ni mahali pa namna gani?

Roho Huutoka Mwili wa Mtu Anapokufa

Mtu anapoaga dunia, roho huuacha mwili. Baada ya mauti, yeyote ambaye hajajua haya atashangaa sana wakati atakapoona mtu yule yule amelala chini. Hata akiwa ni mwamini, itakuwa ajabu sana wakati roho yako itakapouacha mwili.

Ukienda kwenye ulimwengu wenye sehemu nne kutoka ulimwengu wenye sehemu tatu ambako ndiko unakoishi sasa, kila kitu kitakuwa tofauti sana. Mwili huwa mwepesi sana na unahisi kana kwamba unapaa. Hata hivyo, huwezi kuwa na uhuru kamili hata baada ya roho yako kuachana na mwili.

Kama bile makinda ya ndege yasivyoweza kupaa mara moja hata ijapokuwa yamezaliwa na mabawa, bado unahitaji muda wa kuweza kujizoeza ulimwengu wa kiroho na kujifunza mambo ya kimsingi.

Kwa hiyo wale wanaokufa katika imani ndani ya Yesu Kristo huhudumiwa na malaika wawili na huenda kwenye Kaburi la Juu. Huko, wanajifunza juu ya maisha mbinguni kutoka kwa malaika na manabii.

Ukisoma Biblia, utatambua kwamba kuna aina mbili ya makaburi. Baba zetu wa imani kama vile Yakobo na Ayubu wanasema kwamba wataenda kaburini baada ya kufa (Mwanzo 37:35; Ayubu 7:9). Kora na kundi lake la watu waliompinga

Musa, mtu wa Mungu, walitumbukia kaburini wakiwa hai (Hesabu 16:33). Luka 16 inatuonyesha tajiri na maskini aliyeitwa Lazaro wakienda makaburini baada ya kufa, na unatambua kwamba hawako katika "kaburi" moja. Tajiri aliteseka sana motoni wakati Lazaro alikuwa akifurahi kifuani mwa Ibarahimu mahali mbali.

Vivyo hivyo, kuna kaburi la wale waliookolewa na kaburi la wale ambao hawakuokolewa. Kaburi la Kora na watu wake, na la yule tajiri liko Kuzimu, ambalo pia linaitwa "Kaburi la Chini," ambalo ni la jehanamu, lakini kaburi alilokwenda Lazaro ni Kaburi la Juu ambalo ni la mbinguni.

Kukaa Ndani ya Kaburi la Juu kwa Siku Tatu

Katika wakati wa Agano la Kale, wale waliookolewa walisubiri kwenye Kaburi la Juu. Tangu Abrahamu, baba wa imani, aliposimamia Kaburi la Juu, maskini Lazaro yuko kifuani mwa Abrahamu katika Luka 16. Hata hivyo, baada ya Bwana kufufuka na kupaa juu mbinguni, wale waliookoka hawaendi tena kwenye Kaburi la Juu, karibu na Abrahamu. Wanakaa katika Kaburi la Juu kwa siku tatu, na kisha waende mahali huko Paradiso. Yaani, wataishi na Bwana Mahali pa Kusubiria mbinguni.

Kama anavyosema Yesu katika Yohana 14:2, "Nyumbani mwa Baba yangu mna makao mengi; kama sivyo, ningaliwaambia; maana naenda kuwaandalia mahali," baada ya kufufuka kwake na kupaa kwenda mbinguni, Bwana wetu amekuwa akiandaa makao ya kila mwamimi. Hivyo, tangu Bwana alipoanza kuandaa makao kwa ajili ya wana wa Mungu, wale waliookoka wamekuwa wakikaa Mahali pa Kusubiria mbinguni, mahali fulani huko Paradiso.

Watu wengine wanashangaa jinsi watu wengi waliookoka tangu kuumbwa kwa ulimwengu wanaweza kuishi Paradiso, lakini hakuna haja ya kuwa na wasi wasi. Hata mfumo wa jua ambao ndio unaomiliki dunia hii ni kama tone tu ukilinganisha na kundi la nyota. Basi, kundi la nyota lina ukubwa gani? Ukilinganisha anga zima, kundi la nyota ni kama tone tu. Sasa anga lina ukubwa gani? Isitoshe, anga hili ni moja kati ya maanga mengi, kwa hiyo haiwezekani kuelewa ukubwa wa anga lote. Ikiwa ulimwengu huu tuuonao na macho ni mkubwa sana, je, ulimwengu wa kiroho utakuwa mkubwa kiasi gani?

Mahali Pa Kusubiria Mbinguni

Sasa, pale Mahali pa Kusubiria mbinguni ambapo wale wote waliookoka hukaa baada ya kukaa siku tatu za kujizoeza katika Kaburi la Juu, ni pa namna gani?

Watu wanapoona mandhari mazuri jinsi hiyo, husema, "Hii ni Paradiso duniani," au "Ni kama Bustani ya Edeni!" Hata hivyo Bustani ya Edeni, haiwezi kulinganishwa na uzuri wowote hapa duniani. Watu walio katika Bustani ya Edeni wanaishi maisha mazuri, maisha yanayofanana na ndoto yaliyojaa furaha, bashasha na amani. Hata hivyo, inaonekana ya kupendeza kwa watu walio katika dunia hii. Mara tu utakapofika mbinguni, ghafla mawazo hayo yatakutoka.

Kama vile Bustani ya Edeni haiwezi kulinganishwa na dunia hii, vivyo hivyo mbinguni hakuwezi kulinganishwa na Bustani ya Edeni. Kuna tofauti kubwa kati ya furaha ya Bustani ya Edeni ambayo ni ya Mbingu ya Pili, na furaha ya Mahali pa Kusubiria Paradiso palipo katika Mbingu ya Tatu. Hii ni kwa sababu watu walio katika Bustani ya Edeni si wana wa kweli wa Mungu ambao mioyo yao imebadilishwa.

Hebu nikupe mfano wa kukusaidia kuelewa jambo hili vizuri zaidi. Kabla hakujakuwa na umeme, watu wa zamani huko Korea walitumia taa za mafuta. Taa hizi zilikuwa giza ikilinganishwa na taa za umeme tulizo nazo leo, lakini bado zilifaa sana wakati kulikuwa na giza usiku. Hata hivyo, baada ya watu kuendelea na kujifunza kutumia umeme, tulianza kupata taa za umeme. Kwa wale waliokuwa wamezoea tu kuona taa za mafuta, taa za umeme zilikuwa za ajabu na walishangazwa sana na mwangaza wake.

Ukisema kwamba dunia hii imejaa giza kuu bila mwangaza wowote, basi unaweza kusema katika Bustani ya Edeni ndiko wanatumia taa za mafuta, na mbinguni ndiko wanakotumia taa za umeme. Kama vile taa za mafuta na taa za umeme ni tofauti kabisa japo zote ni taa, Mahali pa Kusubiria mbinguni pako tofauti kabisa na Bustani ya Edeni.

Mahali pa Kusubiria Pako Pembeni Mwa Paradiso

Mahali pa Kusubiria mbinguni pako pembeni mwa Paradiso. Paradiso ni mahali pa watu walio na imani ndogo, na pia ndipo palipo mbali zaidi na Kiti cha Enzi cha Mungu. Ni mahali pakubwa sana.

Wale wanaosubiri pembeni mwa Paradiso wanajifunza maarifa ya kiroho kutoka kwa manabii. Wanajifunza kuhusu Mungu wa Utatu, mbinguni, utawala wa ulimwengu wa kiroho, n.k. Upana wa maarifa hayo hauna mwisho, kwa hiyo hakuna mwisho wa kujifunza. Hata hivyo, kujifunza mambo ya kiroho hakuchoshi au kugumu kama vile masomo mengine ya ulimwengu huu yalivyo. Kadri unavyojifunza, ndivyo unavyopata mwanga zaidi na kushangazwa, kwa hiyo ni jambo la neema sana.

Hata katika dunia hii, wale wenye mioyo safi na wapole wanaweza kuwasiliana na Mungu na kupata ufahamu wa kiroho. Baadhi ya watu hawa huuona ulimwengu wa kiroho kwa sababu macho yao ya kiroho yamefunguliwa. Pia, watu wengine wanaweza kupata mambo ya kiroho kwa uvuvuo wa Roho Mtakatifu. Wanaweza kujifunza juu ya imani au sheria za kupokea majibu ya maombi, ili hata katika ulimwengu huu wa kimwili, waweze kupata nguvu za Mungu zitokazo kwa Roho Mtakatifu.

Ukiweza kujifunza maswala ya kiroho na kuyapitia mambo hayo katika ulimwengu huu tuuonao kwa macho, utapata nguvu zaidi na kufurahi. Utafurahi na kuwa na bashasha jinsi gani ikiwa utajifundisha mambo ya kiroho kwa kina Mahali pa Kusubiria mbinguni?

Kusikia Habari za Ulimwengu Huu

Je, ni aina gani ya maisha wanayofurahia watu Mahali pa Kusubiria mbinguni? Wanapokea amani ya kweli na wanasubiri kwenda katika makao yao ya milele mbinguni. Hawapungukiwi na chochote, na wanafurahia furaha na uchangamfu. Hawapotezi muda, lakini wanaendelea kujifunza mambo mengi kutoka kwa malaika na manabii.

Miongoni mwao, kuna viongozi waliochaguliwa na wanaishi kwa mpangilio. Hawaruhusiwi kuja chini duniani, kwa hiyo wakati wote wanatamani kujua kinachoendelea hapa chini. Hawatamani mambo ya ulimwengu, lakini wanatamani kujua mambo yanayohusiana na ufalme wa Mungu, kama vile 'Lile kanisa nililohumu linaendeleaje? Je, limetimiza kiasi gani cha majukumu yake? Je, umisionari wa kuufikia ulimwengu unaendeleaje?'

Kwa hiyo wanapendezwa wakati wanapopata habari za ulimwengu huu kupitia kwa malaika wanaoweza kuja chini duniani, au manabii walio Yerusalemu Mpya. Wakati mmoja Mungu alinifunulia kuhusu baadhi ya washirika wa kanisani kwangu ambao kwa sasa wapo Mahali pa Kusubiria mbinguni. Wanaomba mahali tofauti tofauti wakisubiri kusikia habari za kanisa langu. Haswa wanapenda kujua juu ya kazi iliyopewa kanisa langu, ambayo ni umisionari wa ulimwengu mzima na ujenzi wa Kanisa Kubwa. Kila wanaposikia habari njema, wao hufurahi sana. Kwa hiyo wakisikia habari njema kuhusu kutukuzwa kwa Mungu kupitia mikutano yetu ulimwenguni, wanasisimuka na kuhisi kutosheka na hivyo kuandaa karamu.

Vivyo hivyo, watu walio Mahali pa Kusubiria mbinguni wanakuwa na wakati wa furaha na wa kuchangamsha, wakati mwingine wakipokea habari za dunia hii.

Mipangilio Mikali katika Mahali pa Kusubiria Mbinguni

Watu wenye viwango mbalimbali vya imani, watakaoingia sehemu tofauti tofauti mbinguni baada ya Siku ya Hukumu, wote watakaa Mahali pa Kusubiria mbinguni, lakini mipangilio itakuwa sawa. Watu walio na imani ndogo watawaheshimu wale wenye imani kubwa kwa kuwainamia. Mipangilio ya kiroho haiamuliwi kulingana na cheo mtu alichokuwa nacho duniani, lakini kulingana na kulingana na jinsi walivyotakaswa na uaminifu wao katika majukumu waliyopewa na Mungu.

Kwa njia hii, mipangilio ni mikali kwa sababu Mungu wa haki anatawala mbinguni. Kwa kuwa mpangilio umewekwa kulingana na kung'aa kwa mwangaza, kiwango cha wema, na kiwango cha upendo cha kila mwamini, hakuna anayeweza kulalamika.

43

Huko mbinguni, kila mtu hutii mpangilio wa kiroho kwa sababu hakuna uovu katika akili za waliookolewa.

Hata hivyo, mpangilio huu na aina tofauti za utukufu lengo lake si kuwalizimisha watu kutii. Hii inatokana tu na upendo na heshima itokayo kwenye mioyo safi. Kwa hiyo, katika Mahali pa Kusubiria mbinguni, huwaheshimu wote walio mbele yao katika moyo na kuonyesha heshima yao kwa kuwainamia respect by bowing their heads, kwa sababu, kiasilia wanahisi utaofauti wa kiroho.

4. Watu Wasiokaa Mahali pa Kusubiria

Watu wote, watakaoingia sehemu mbalimbali mbinguni baada ya Siku ya Hukumu, sasa hivi wanakaa pembeni mwa Paradiso, Mahali pa Kusubiria mbinguni. Hata hivyo, kuna wengine hawatafuata hivyo. Wale ambao wanapaswa kwenda Yerusalemu Mpya, mahali pazuri zaidi mbinguni, wataenda moja kwa moja hadi Yerusalemu Mpya na wakafanye kazi ya Mungu. Watu wa aina hii, walio na moyo wa Mungu ulio safi na mzuri kama bilauri, wanaishi katika upendo maalum wa Mungu na utunzaji wake.

Watasaidia Katika Kufanya Kazi ya Mungu Yerusalemu Mpya

Je, wale baba zetu wa imani, waliotakswa na waaminifu katika nyumba ya Mungu, kama vile Eliya, Enoko, Abrahamu, Musa, na mtume Paulo, wanakaa wapi sasa hivi? Je, wanakaa pembeni mwa Paradiso, Mahali pa Kusubiria mbinguni? La. Kwa sababu watu hawa wametakaswa na wanafanana na moyo wa Mungu kabisa, tayari wako Yerusalemu Mpya. Hata hivyo, kwa sababu Hukumu haijatekelezwa, hawawezi kwenda kwenye makao yao ya milele.

Basi, wanakaa wapi humo Yerusalemu Mpya? Katika Yerusalemu Mpya, ambao kuna upana wa maili elfu moja na mia tano, urefu wa chini wa maili hizo hizo na kimo cha urefu huo huo, kuna sehemu kadhaa za kiroho zenye ukubwa tofauti tofauti. Kuna sehemu ya Kiti cha Enzi, sehemu ambazo zimejengwa nyumba, na sehemu nyingine ambazo baba zetu wa imani ambao tayari wameingia Yerusalemu Mpya wanafanya kazi na Bwana.

Baba zetu wa imani ambao tayari wanakaa Yerusalemu Mpya wanatamani siku ile watakapoingia makao yao ya milele, huku wakisaidia katika kufanya kazi ya Mungu pamoja na Bwana katika kutuandalia makao yetu. Wanatamani sana kuingia makazi yao ya milele kwa sababu wanaweza tu kuingia huko baada ya Kurudi kwa Yesu Kristo kwa mara ya Pili angani, Karamu ya Harusi ya Miaka Saba, na baada ya Milenia hapa duniani.

Mtume Paulo, ambaye alikuwa na matumaini makubwa ya mbinguni, alikiri haya yafuatayo katika in 2 Timotheo 4:7-8.

Nimevipiga vita vilivyo vizuri, mwendo nimeumaliza, Imani nimeilinda; baada ya hayo nimewekewa taji la haki, ambayo Bwana, mhukumu mwenye haki, atanipa siku ile; wala si mimi tu, bali na watu wote pia waliopenda kufunuliwa kwake..

Wale wanaovipiga vita vizuri na kungojea kwa hamu kurudi kwa Bwana wana tumaini la kufika mbinguni na kupokea thawabu. Aina hii ya imani na tumaini linaweza kuongezeka ikiwa utajua mengi kuhusu upeo wa kiroho, na ndiposa ninaelezea kwa kina habari za mbinguni.

Bustani ya Edeni katika Mbingu ya Pili au Mahali pa Kusubiria katika Mbingu ya Tatu bado ni kuzuri zaidi kushinda ulimwengu huu, lakini hata hizi sehemu hizi haziwezi kulinganishwa na utukufu na fahari ya Yerusalemu Mpya iliyo na Kiti cha Enzi cha Mungu.

Kwa hiyo, ninaomba katika jina la Bwana kwamba hutakimbia tu kuelekea Yerusalemu Mpya na imani na tumaini la mtume Paulo, lakini pia utazielekeza nafsi za watu kwenye njia ya wokovu kwa kueneza injili hata ikiwa jukumu hilo litagharimu maisha yako.

Sura ya 3

Karamu ya Miaka Saba ya Harusi

1. Kurudi Kwa Bwana na Karamu ya Miaka Saba ya Harusi
2. Milenia
3. Kutuzwa Zawadi Mbinguni Baada ya Siku ya Hukumu

*Heri, na mtakatifu,
ni yeye aliye na sehemu katika ufufuo wa kwanza;
juu ya hao mauti ya pili haina nguvu;
bali watakuwa makuhani wa Mungu na wa Kristo,
nao watatawala pamoja naye hiyo miaka elfu.*

- Ufunuo 20:6 -

Kabla upokee thawabu yako na kuanza kuishi maisha ya milele mbinguni, utapitia Hukumu ya Kiti Cheupe cha Enzi. Kabla Siku ya Hukumu, kutakuwa na Kurudi kwa Bwana Mara ya Pili hewani, Karamu ya Miaka Saba ya Harusi, Kurudi kwa Bwana duniani, na Milenia.

Haya yote ndiyo aliyopanga kuwafariji watoto wake wapendwa walioilinda imani hapa dunaini, na kuwaruhusu kuonja ladha ya mbinguni.

Kwa hiyo, wale wanaoamini katika Kurudi kwa Bwana mara Pili na wana matumaini ya kukutana naye, ambaye ni bwana harusi, watasubiri kwa hamu ile Karamu ya Miaka Saba ya Harusi na Milenia. Neno la Mungu lililoandikwa katika Biblia ni la kweli na unabii wote unatimizwa leo.

Sharti uwe mwamini mwenye hekima na ujaribu uwezavyo kujiandaa kama bibi harusi, ukitambua kwamba ikiwa hauko macho na huishi kulingana na neno la Mungu, basi siku ya Bwana itakujia kama mwizi na utaangukia mautini.

Hebu tuangalie kwa kina yale mambo ya ajabu ambayo wana wa Mungu watayapokea kabla hawajaenda mbinguni ambako ni kusafi na kuzuri kama bilauri.

1. Kurudi kwa Bwana na Karamu ya Miaka Saba ya Harusi

Mtume Paulo aliandika katika Warumi 10:9, "Ukimkiri Yesu kwa kinywa chako ya kuwa ni Bwana, na kuamini moyoni mwako ya kuwa Mungu alimfufua katika wafu, utaokoka.." Ili uweze kupokea wokovu, sharti umkiri Yesu kama mwokozi wako, lakini pia uamini moyoni mwako kwamba alikufa na akafufuka kutoka kwa wafu.

Ikiwa huamini katika kufufuka kwa Yesu, huwezi kuamini kwamba wewe mwenyewe utafufuliwa wakati Bwana atakaporudi Mara ya Pili. Hata hutaweza kuamini kwamba Bwana atarudi mara ya pili. Ikiwa huwezi kuamini kwamba kuna mbinguni na jehanamu, basi hutapata nguvu ya kuishi kulingana na Neno la Mungu, na hutapokea wokovu.

Lengo Kuu la Maisha ya Ukristo

Katika 1 Wakorintho 15:19, Biblia inasema, "Kama tumemtumaini Kristo katika maisha haya tu, sisi tu watu wa kusikitikiwa ziadi kuliko watu wote." Wana wa Mungu, tofauti na wasioamini wa ulimwengu, huja kanisani, huhudhuria ibada, na kumtumikia Bwana katika njia nyingi kila Jumapili. Ili waweze kuishi kulingana na neno la Mungu, mara kwa mara hufunga, na kuomba kwa bidii nyuani mwa Mungu wakati wa asubuhi au usiku ijapokuwa wakati mwingine huhitaji mapumziko.

Pia, hawatafuti faida zao wenyewe, lakini wanawatumikia wengine na kujitoa kwa ajili ya ufalme wa Mungu. Ndiposa ikiwa hakungekuwa na mbinguni, waamini ni wa kusikitikiwa kuliko watu wote. Hata hivyo, ni kweli kwamba Bwana atarudi kukuchukua kwenda mbinguni, na anakuandalia mahali pazuri sana. Atakupa thawabu kulingana kwa kile ulichopanda na kutenda katika ulimwengu huu.

Katika Mathayo 16:27, Yesu alisema, "Kwa sababu Mwana wa Adamu atakuja katika utukufu wa Baba yake pamoja na malaika zake; ndipo atakapomlipa kila mtu kwa kadiri ya matendo yake." Hapa, "atakapomlipa kila mtu kwa kadri ya matendo yake" haimaanishi kwenda mbinguni au jehanamu. Hata miongoni mwa waamini wanaoenda mbinguni, thawabu na utukufu wanaopewa ni tofauti na ni kulingana na jinsi walivyoishi katika ulimwengu huu.

Wengine huchukia na kuogopa kusikia kwamba Bwana atarudi karibuni. Hata hivyo, ikiwa unampenda Bwana kweli na una matumaini ya kwenda mbinguni, ni kawaida kwamba unasubiri kwa hamu kukutana na Bwana karibuni. Ukikiri kwa kinywa chako, na kusema, "Ninakupenda, Bwana," lakini hupendi au hata waogopa kusikia kwamba Bwana anarudi upesi, basi huwezi kusema kwamba kweli unampenda Bwana.

Kwa hiyo, sharti umpokee Bwana ambaye ni Bwana harusi wako kwa furaha na huku ukitarajia kurudi kwake Mara ya Pili moyoni mwako na kujiandaa kama bibi harusi.

Kurudi kwa Bwana Mara ya Pili Hewani

Imeandikwa katika 1 Wathesalonike 4:16-17, "Kwa sababu Bwana mwenyewe atashuka kutoka mbinguni pamoja na mwaliko, na sauti ya malaika mkuu, na parapanda ya Mungu; nao waliokufa katika Kristo watafufuliwa kwanza. Kisha sisi tulio hai, tuliosalia, tutanyakuliwa pamoja nao katika mawingu, ili tumlaki Bwana hewani; na hivyo tutakuwa pamoja na Bwana milele."

Wakati Bwana atakaporudi tena hewani, kila mwana wa Mungu atapewa mwili wa kiroho na kunyakuliwa hewani kumpokea Bwana. Kuna watu wengine ambao waliokolewa na kisha kufa. Miili yao imezikwa lakini roho zao zinasubiri huko Paradiso. Watu kama hao tunawaita watu "waliolala katika Bwana." Roho zao zitashikamana na miili yao ya kiroho ambayo ilibadilishwa kutokana na ile miili ya zamani, miili iliyozikwa. Watafuatiwa na wale watakaompokea Bwana bila kuonja mauti, watapewa miili ya kiroho, na kunyakuliwa hewani.

Mungu Anaandaa Karamu ya Harusi Hewani

Wakati Bwana atakaporudi hewani, kila mtu aliyeokolewa tangu kuumbwa kwa ulimwengu atampokea Bwana kama bwana harusi. Wakati huu, Mungu anaanzisha ile Karamu ya Harusi ya Miaka Saba kuwafariji watoto wake waliookolewa kwa imani. Baadaye watapokea kwa hakika thawabu mbinguni kwa matendo yao, lakini kwa sasa, Mungu atawaandalia karamu hii hewani ili kuwafariji watoto wake.

Kwa mfano, ikiwa jenerali anarudi kwa ushindi, mfalme atafanya nini? Atampa yule jenerali aina nyingi ya thawabu kwa sababu ya kazi zake. Mfalme anaweza kumpa nyumba, ardhi, pesa, na pia karamu ili kufidia zile huduma zake.

Vivyo hivyo, Mungu huwapa wanawe mahali pa kukaa na thawabu mbinguni baada ya siku Kubwa ya Hukumu, lakini kabla hapo, pia ataandaa Karamu ya Harusi ili watoto wake wawe na wakati mzuri na kushiriki furaha yao. Ijapokuwa kile ambacho kila mtu amefanya kwa ajili ya ufalme wa Mungu katika ulimwengu huu ni tofauti, Mungu anandaa karamu hata kwa sababu ya kuokolewa tu.

Basi, "hewani" kutakapoandaliwa Karamu ya Harusi ya Miaka Saba ni wapi? "Hewani" hairejei anga linaloonekana kwa macho. Ikiwa "hewani" ni anga unaloliona kwa macho, basi wote waliookoka wakula karamu wakielea angani. Pia, lazima kuna watu wengi ambao wameokoka tangu kuumbwa kwa dunia, na hawa wote hawawezi kukaa katika anga hili la dunia.

Isitoshe, karamu itakuwa imepangwa na kuandaliwa vizuri

kwa sababu Mungu mwenyewe ataiandaa ili kuwafariji watoto wake. Kuna mahali ambapo Mungu amepaandaa kwa muda mrefu. Hapa ndipo panapoitwa "hewani" ambapo Mungu ameandaa Karamu ya Harusi ya Miaka Saba, na sehemu hii iko katika Mbingu ya Pili.

"Hewani" Pako Katika Mbingu ya Pili

Waefeso 2:2 inaongea juu ya wakati "ambazo mliziendea zamani kwa kuifuata kawaida ya ulimwengu huu, na kwa kumfuata mfalme wa uwezo wa anga, roho yule atendaye kazi sasa katika wana wa kuasi;" Kwa hiyo "hewani" ni mahali ambapo pepo wana mamlaka.

Hata hivyo, pale mahali ambapo pataandaliwa Karamu ya Harusi ya Miaka Saba na mahali panapokaa pepo ni tofauti. Sababu ya neno lile lile la "hewani" kutumika ni kwamba sehemu zote mbili zipo katika Mbingu ya Pili. Hata Mbingu ya Pili si sehemu moja peke yake, lakini imegawanyika katika sehemu mbalimbali. Kwa hiyo mahali patakapoandaliwa Karamu ya Harusi na mahali panapokaa pepo ni tofauti.

Mungu aliumba upeo mpya wa kiroho unaoitwa Mbingu ya Pili kwa kuchukua sehemu ya upeo wote wa kiroho. Kisha akaugawa katika sehemu mbili. Sehemu moja ni Edeni, ambayo ni sehemu ya nuru ya Mungu, na sehemu ya pili ni sehemu ya giza ambayo Mungu amewapa pepo.

Mungu aliumba Bustani ya Edeni, ambapo Adamu angekaa hadi mwanadamu aanze kuimarishwa, mashariki mwa Edeni. Mungu alimchukua Adamu na kumweka katika Bustani hii. Pia, Mungu amewapa pepo sehemu ya giza na kuwaruhusu kukaa huko. Sehemu hii ya giza na Edeni ni tofauti kabisa.

Mahali pa Karamu ya Harusi ya Miaka Saba

Basi, ile Karamu ya Harusi ya Miaka itaandaliwa wapi? Bustani ya Edeni ni sehemu tu ya Edeni, na kuna sehemu nyingine nyingi Edeni. Moja ya nafasi hizo Mungu ameitenga ili kuandalia Karamu ya Harusi ya Miaka Saba.

Pale mahali ambapo Karamu ya Harusi ya Miaka Saba itaandaliwa ni pazuri zaidi kushinda Bustani ya Edeni. Kuna miti mizuri na maua mazuri. Taa zing'aazo mng'ao wa rangi nyingi zinang'aa sana, na kuna hali ya asili nzuri na safi inayozunguka sehemu hiyo.

Pia, ni pakubwa sana kwa sababu wale wote waliookoka tangu kuumbwa kwa ulimwengu watafurahia karamu pamoja. Kuna kasri kubwa sana huko na ni kubwa kiasi cha kuwatosha wote walioalikwa kwenye karamu hiyo. Karamu itaandaliwa ndani ya kasri hii, na kutakuwa na furaha isiyo na kifani. Sasa, ningependa, kukualika kwenye kasri kwa ajili ya Karamu ya Harusi ya Miaka Saba. Natumai unaweza kuhisi furaha ya kuwa bibi harusi wa Bwana, ambaye ndiye mgeni wa heshima kwenye karamu hiyo.

Kukutana na Bwana Mahali Pang'aapo na Pazuri Sana

Utakapofika kwenye ukumbi wa karamu, utakuta chumba kinachong'aa kilichojaa taa zing'aazo ambazo hujawahi kuziona. Unahisi kana kwamba mwili wako ni mwepesi kama unyoya. Utakapotua kwenye nyasi laini, mazingira ya eneo hilo ambayo hayaonekani mara ya kwanza kwa sababu ya mwangaza mkali huanza kuonekana kwa macho yako. Utaona anga na ziwa ambalo ni safi na linaloweza kuangaza macho yako. Ziwa hili linang'aa kama vito vinavyotoa rangi nzuri wakati maji yanapotibuliwa. Pande zote nne zimejaa maua na miti mingi ya kijani inazunguka sehemu yote. Maua hupepea huku na huko kana kwamba yanakupugunia mikono na unaweza kupata harufu nzuri na nzito ambao hujawahi kuipata mbeleni. Punde si punde ndege wenye rangi nyingi huja na kukukaribisha kwa nyimbo zao. Katika ziwa, ambalo ni safi hivi kwamba unaweza kuona chini kabisa, samaki wazuri hupenyeza vichwa vyao na kukukaribisha. Hata nyasi utakazokanyaga ni laini kama pamba. Upepo unaofanya nguo zako zipepe kiasi utakugubika. Kwa wakati huu, mwanga mkali utamulika machoni mwako na utamuona mtu mmoja amesimama katikati ya mwangaza.

Bwana Atakukumbatia Akisema, "Bibi Harusi Wangu, Nakupenda"

Huku akiwa na tabasamu laini usoni mwake, anakuita uende karibu naye huku akiwa ameikunjua mikono yake. Utakapomwendea, uso wake utaonekana waziwazi. Utaona so wake kwa mara ya kwanza, lakini utamjua ni nani. Ni Bwana Yesu, bwana harusi wako, unayempenda na uliyetamani kumwona kwa siku nyingi. Wakati, macho yataanza kudondoka kwenye mashavu yako. Hutaweza kuacha kutoa machozi kwa sababu utakuwa unakumbushwa nyakati ulizokuwa ukiimarishwa hapa duniani.

Sasa utamwona Bwana uso kwa uso, aliyekusaidia kushinda

duniani hata katika wakati mgumu ulipokumbwa na mateso na majaribu. Bwana atakujia, akukumbatie kifuani mwake na kukwambia, "Bibi harusi wangu, nimekuwa nikisubiri siku hii. Nakupenda." Utakaposikia haya, machozi zaidi yatakudondoka. Kisha Bwana atayapangusa machozi yako na kukumbatia zaidi. Utakapomwangalia machoni, utahisi moyo wake. "Ninayajua yote yanayokuhusu wewe. Ninajua machozi yako na uchungu wako. Huko itakuwa ni furaha na shangwe."
Je, umekuwa ukisubiri wakati huu kwa muda gani? Wakati utakapokuwa kifuani mwake, utapata amani sana, na furaha na utele vitaufunika mwili wako wote.
Sasa utasikia sauti ya sifa nyororo, nzito na nzuri sana. Kisha, Bwana atakushika mkono na kukuongoza kule kunakotoka nyimbo za sifa.

Ukumbi Wa Karamu ya Harusi Umejaa Taa za Rangi nyingi

Muda mfupi baadaye, utaona kasri nzuri inayong'aa inayopendeza sana na ya ajabu. Ukisimama mbele ya lango la kasri hiyo, linafunguka polepole na mwangaza mkali kutoka kwenye kasri unaangaza. Unapoingia kwenye kasri pamoja na Bwana kana kwamba umevutwa ndani na ule mwangaza, utakuta ukumbi mkubwa ambao huwezi kuona mwisho wake. Ukumbi umepambwa kwa mapambo mazuri, na umejaa taa zing'aazo na zenye rangi nyingi.
Sauti za sifa zitakuwa wazi kufikia sasa, na zitasikika kwa upole katika ukumbi mzima. Hatimaye, Bwana atatangaza kuanza kwa Karamu ya Harusi kwa sauti kuu. Karamu ya Harusi

ya Miaka Saba, na utahisi kana kwamba tukio linatukia katika ndoto.

Je, unahisi furaha ya wakati huu? Ndiyo, si kila aliyeko kwenye karamu anaweza kuwa na Bwana jinsi hii. Wale tu wenye sifa zifaazo ndiyo wanaoweza kumfuata kwa karibu na kukumbatiwa naye.

Kwa hiyo, sharti ujiandae kama bibi harusi na uhusike katika asili ya uungu. Hata hivyo, ikiwa watu wote hawezi kuushika mkono wa Bwana, watahisi furaha ile ile na utimilifu.

Kufurahia Wakati wa Furaha kwa Kuimba na Kucheza

Wakati Karamu ya Harusi itakapoanza, utaimba na kucheza na Bwana, ukisherehekea jina la Mungu Baba. Utacheza na Bwana, na kuongea juu ya wakati ulipokuwa duniani, au kuhusu mbinguni ambako ndiko utakapoishi.

Pia utaongea kuhusu upendo wa Mungu Baba na kumtukuza. Unaweza kuwa na mazungumzo ya ajabu na watu ambao umetamani kuongea nao kwa siku nyingi.

Utakapokuwa ukifurahia linaloyeyuka mdomoni mwako, na kunywa Maji ya Uzima yanayotiririka kutoka kwenye Kiti cha Enzi cha Baba, karamu nayo itakuwa inaendelea vizuri. Huna haja ya kukaa kwenye kasri kwa muda wote wa miaka saba. Siku moja moja, unaweza kutoka nje ya kasri na kufurahia wakati wa furaha.

Sasa, ni matukio gani ya furaha yanayokusubiri huko nje? Unaweza kuwa na muda wa kufurahia mandhari ya huko na kufanya urafiki na miti, misitu, maua na ndege. Unaweza kutembea na watu uwapendao barabarani zilizopambwa kwa maua mazuri, unaweza kuongea nao, au wakati ukamsifu Bwana kwa kucheza na kuimba. Pia, kuna mengi unayoweza kufurahia katika sehemu kubwa zilizo wazi. Kwa mfano, watu wanaweza kwenda ziwani na mashua pamoja na wapendwa wao, au pamoja na Bwana mwenyewe. Unaweza kwenda kuogelea, au kufurahia aina nyingi za burudani na michezo. Mambo mengi yanayoleta furaha ya ajabu na uchangamfu yanatoka kwa utunzaji wa Mungu na upendo wake.

Wakati wa Karamu ya Harusi ya Miaka Saba hakuna taa itakayozimwa. Edeni ni sehemu ya mwangaza na hakuna usiku huko. Katika Edeni, huna haja ya kwenda kulala au kupumzika kama unavyofanya hapa duniani. Haijalishi utajifurahia kwa muda mrefu kiasi gani, hautachoka kamwe, na badala yake utaendelea kuwa na furaha na kuchangmka.

Hii ndiyo sababu huwezi kuhisi wakati unaenda, na miaka saba itapita kama siku saba tu, au kama saa saba. Hata ikiwa ni wazazi wako, watoto wake, au ndugu zako ambao hawakunyakuliwa na wanateseka kutokana na Dhiki Kuu, badi muda utaenda mbio kwa furaha na bashasha hivi kwamba hata hutawawaza.

Kutoa Shukrani Zaidi Kwa Kuokolewa

Watu wa Bustani ya Edeni na wageni wa Karamu ya Harusi wanaweza kuonana, lakini hawawezi kuja na kuenda. Pia, pepo wanaweza kuiona ile Karamu ya Harusi na unaweza kuwaona vilevike. Wale waovu, hata hawawezi kufikiria kusonga karibu na pale kwenye karamu, lakini bado unaweza kuwaona. Pepo watakapoona karamu na wageni wakifurahi, watahisi uchungu sana. Watahisi uchungu mwingi kwa sababu ya kushindwa kumpata mtu mmoja zaidi na kumwingiza jehanamu na kwa sababu ya kumpa Mungu watu wawe watoto wake.

Kwa kuwaangalia pepo, utakumbuka jinsi walivyojaribu kukumeza kama simba angurumaye wakati ulipokuwa ukiimarishwa hapa duniani.

Hapo ndipo utakaposhukuru zaidi kwa neema ya Mungu Baba, Bwana, na Roho Mtakatifu aliyekulinda kutokana na nguvu za giza na kukuelekeza uwe mwana wa Mungu. Pia, utawashukuru zaidi wale waliokusaidia kuifuata njia ya uzima.

Kwa hiyo Karamu ya Harusi ya Miaka Saba si wakati tu wa kupumzika na kufarijiwa kutokana na uchungu wa kuimarishwa hapa duniani, bali pia ni wakati wa kukumbushwa wakati uliokuwa hapa duniani na uwezi kushukuru zaidi kwa upendo wa Mungu.

Pia utafikira juu ya uzima wa milele mbinguni ambao utakufurahisha zaidi kushinda Karamu ya Harusi ya Miaka Saba. Furaha ya mbinguni haiwezi kulinganishwa na ile ya Karamu ya Harusi ya Miaka Saba.

Dhiki Kuu Ya Miaka Saba

Wakati karamu ya furaha ya harusi inaandaliwa hewani, Dhiki Kuu ya Miaka Saba itakuwa inaendelea duniani. Kwa sababu ya uzito wa Dhiki Kuu ambayo haijawahi kutokea na haitatokea tena, sehemu kubwa ya dunia itaharibiwa na watu wengi wameachwa wafe.

Baadhi yao wataokolewa kupitia kwa kile kinachoitwa "wokovu wa masazo ya mavuno." Kunao wengi watakaochwa hapa duniani baada ya Kurudi Wa Mara ya Pili kwa Bwana kwa sababu hawakuamini kamwe, au hawakuamini vizuri. Lakini hata hivyo, watakapotubu katika kipindi kile ya Dhiki Kuu ya

Miaka Saba na kufia imani, wanaweza kuokolewa. Huu unaitwa "wokovu wa masazo ya mavuno."

Hata hivyo Kufia imani wakati wa Dhiki Kuu ya Miaka Saba, si jambo rahisi. Hata ikiwa wataamua kufia imani mwanzoni, wengi wao wataishia kumkana Bwana kwa sababy ya mateso ya kinyama yatakayotekelezwa na mpinga Kristo atakayewalazimisha kupokea alama ya "666".

Watakataa katakata kupokea alama hiyo kwa sababu watakapoipokea, watakuwa wanajua sasa ni wa Shetani. Hata hivyo, si rahisi kabisa kuvumilia mateso ya kinyama kama hayo.

Hata ikiwa mtu anaweza kuyashinda mateso hayo, itakuwa vigumu zaidi kumwangalia mtu wa familia yake akiteswa. Ndiposa ni vigumu sana kuokoka kwa "wokovu wa masazo ya mavuno." Isitoshe, kwa sababu watu hawawezi kupokea msaada wowote kutoka kwa Roho Mtakatifu wakati huu, ni vigumu zaidi kuilinda imani.

Kwa hiyo, ni matumaini yangu kwamba hakuna msomaji hata mmoja wa kitabu hiki atapitia Dhiki Kuu ya Miaka Saba. Sababu ya mimi kueleza kuhusu Dhiki Kuu ya Miaka Saba ni kukusaidia kujua kwamba matukio yaliyonakiliwa katika Biblia kuhusu wakati wa mwisho yanatimia na yatatimizwa kikamilifu.

Sababu nyingine ni kwa wale watakaochwa duniani baada ya wana wa Mungu kunyakuliwa hewani. Huku waamini wa kweli wakiwa wanaenda hewani na kufurahia Karamu ya Harusi ya Miaka Saba, Dhiki Kuu ya Miaka itaanza duniani.

Wafia Imani Watapokea "Wokovu wa Masazo ya Mavuno"

Baada ya Bwana kurudi, kutakuwa na wengine watakaotubu

juu ya imani yao katika Yesu Kristo isiyo sahihi miongoni mwa hao ambao hawatanyakuliwa hewani.

Kile kitakachowaelekeza kwenye "wokovu wa masazo ya mavuno" ni neno la Mungu linalohubiriwa na kanisa linalodhihirisha kazi za Mungu za nguvu sana mwishoni mwa wakati. Wataweza kujua jinsi ya kuokolewa, matukio gani yatatokea, na jinsi wanavyopaswa kuitikia matukio ya ulimwengu yaliyotabiriwa kupitia neno la Mungu.

Kwa hiyo kuna watu ambao kweli hutubu mbele za Mungu na wanaokolewa kwa kuifia imani. Huo unaitwa "wokovu wa masazo ya mavuno." Kwa kweli, miongoni mwa watu kama hao ni Waisraeli. Watakuja kujua kuhusu "Ujumbe wa Msalaba" na kutambua kwamba huyo Yesu ambaye, hawakumtambua kama Masihi, kweli ni Mwana wa Mungu na Mwokozi wa wanadamu wote. Kisha watatubu na kuwa sehemu ya "wokovu wa masazo ya mavuno." Watakusanyika kuimarisha imani yao, na baadhi yao wataufahamu moyo wa Mungu na kufia imani ili waokolewe

Katika njia hii, maandiko yanayoeleza neno la Mungu waziwazi hayasaidii tu kuikuza imani ya waamini, bali pia yanachangia sehemu muhimu kwa wale ambao hawatanyakuliwa hewani. Kwa hiyo, sharti utambue upendo wa ajabu na rehema za Mungu, ambaye amewapa kila kitu wale watakaokoka hata baada ya Kurudi kwa Bwana mara ya Pili hewani.

2. Milenia

Wale mabibi harusi ambao watakuwa wamemaliza Karamu ya Harusi ya Miaka Saba watashuka hapa duniani na kutawala na Bwana kwa miaka elfu moja (Ufunuo 20:4). Bwana atakaporudi hapa duniani, ataisafisha. Kwanza ataisafisha hewa na kisha kufanya vitu vyote vya asili kuwa vizuri.

Kuitembelea Dunia Yote Iliyotakaswa

Kama vile waliofunda ndoa huenda kufurahia fungate, ndivyo na wewe utakavyokwenda safari ukiwa na Bwana kama Bwana harusi wako wakati wa Milenia baada ya Karamu ya Harusi ya Miaka Saba. Je, ni sehemu gani ambazo ungependa kuzitembelea zaidi?

Wana wa Mungu, mabibi harusi wa Bwana, watakuwa wanapenda kutembea hapa na pale duniani kwa kuwa muda si muda watakuwa hawana budi kuiacha. Mungu atavihamisha vitu vyote hadi Mbingu ya Kwanza, kama vile dunia ambako ndiko wanadamu walikoimarishwa, jua, na mwezi na kuvipeleka kwenye nafasi nyingine baada ya Milenia.

Kwa hiyo, baada ya Karamu ya Harusi ya Miaka Saba, Mungu Baba ataipamba dunia tena na kukuruhusu kuitawala kwa muda wa miaka elfu moja kabla hajaiondoa. Huu ni mpango uliopangwa mbeleni katika upaji wa Mungu kwamba aliumba vitu vyote mbinguni na duniani kwa siku sita, na akapumzika siku ya saba. Pia lengo la kukuruhusu kuitawala dunia na Bwana kwa miaka elfu moja, ni kukusaidia ili usiweze kuikumbuka dunia wakati utakapoiacha. Utafurahia kipindi kile utakachotawala na Bwana kwa miaka elfu moja kwenye dunia hii nzuri itakayokuwa imepambwa. Utakapotembelea sehemu zote ambazo hukuwa umezuru mbeleni wakati ulipokuwa duniani, utahisi furaha ya ajabu ambayo hujawahi kuihisi mbeleni.

Kutawala Kwa Miaka Elfu Moja

Wakati huu, hakuna adui Shetani na ibilisi. Kama vile maisha katika Bustani ya Edeni, kutakuwa na amani na mapumziko katika mazingira mazuri sana. Pia, wale waliookoka na Bwana, wote watakaa pamoja hapa duniani, lakini hawatakaa na watu walio kimwili walionusurika kwenye Dhiki Kuu. Wale waliookoka, na Bwana, wataishi mahali tofauti kama vile kasri au makao ya mfalme. Kwa maneno mengine, wale walio kiroho wataishi ndani ya kasri, na wale walio kimwili wataishi nje ya kasri kwa sababu miili yao ya kiroho na kimwili haiwezi kukaa pamoja mahali pamoja. Watu walio kiroho tayari watakuwa wamebadilika na kuvaa miili ya kiroho na kupokea uzima wa milele. Kwa hiyo wanaweza kuishi kwa kunusa sauti tamu kama vile harufu ya maua, lakini wakati mwingine wanaweza kula na watu walio kimwili wakati wanapokuwa pamoja. Lakini hata wakila pamoja, hawataenda haja kubwa kama wale walio kimwili. Hata wakila chakula cha kimwili, watakiyeyusha hewani kwa pumzi zao.

Watu wa kimwili watapania kuongezeka idadi maana si wengi walionusurika katika Dhiki Kuu ya Miaka Saba. Wakati huu, hakutakuwa na magonjwa au uovu kwa sababu hewa ni safi, na adui Shetani na ibilisi hawatakuweko. Kwa sababu adui Shetani na ibilisi anayedhibiti uovu watakuwa wamefungiwa katika shimo la giza, kuzimu, udhalimu na uovu katika asili ya mwanadamu havitakuwa na ushawishi (Ufunuo 20:3). Pia, kwa kuwa hakuna mauti tena, dunia itajaa watu wengi tena.

Sasa, watu wa kimwili watakula nini? Adamu na Hawa walipoishi katika Bustani ya Edeni, walikula matunda pekee na miti itoayo mbegu (Mwanzo 1:29). Baada ya Adamu na Hawa kumwasi Mungu na kufukuzwa Bustani ya Edeni, walianza kula mimea ya kondeni (Mwanzo 3:18). Baada ya gharika, ulimwengu ulizidi kujaa uovu na Mungu akamruhusu mwanadamu kula nyama. Unaona jinsi ulimwengu unavyozidi kujaa uovu, ndivyo pia chakula walichokula watu kilivyokuwa kiovu.

Wakati wa Milenia, watu walikula mimea ya kondeni au matunda. Hawatakula nyama, kama vile watu waliokuwako kabla gharika walivyokuwa hawali nyama, kwa sababu hakutakuwa na uovu au kuua kitu. Pia, kwa sababu ustaarabu wote utakuwa umeharibiwa na vita wakati wa Dhiki Kuu, watarudia njia zao za kishenzi za maisha na kuongezeka katika dunia ambayo Bwana aliipamba upya. Wataanza upya katika asili iliyo safi, isiyochafuliwa, yenye amani na nzuri sana.

Isitoshe, ijapokuwa walikuwa wameshuhudia maendeleo kabla kipindi cha Dhiki Kuu na walikuwa na maarifa, ustaarabu wa sasa hauwezi kufikiwa katika kipindi cha miaka mia moja au mia mbili. Hata hivyo, kadri wakati unavyokwenda na watu kujipatia hekima, huenda wakaweza kufikia ustaarabu wa kiwango cha leo mwishoni mwa Milenia.

3. Kutuzwa Zawadi Mbinguni Baada ya Siku ya Hukumu

Baada ya Milenia, Mungu atamweka huru adui Shetani na ibilisi ambaye atakuwa amefungwa jela huko Kuzimu, shimo la giza (Ufunuo 20:1-3). Ijapokuwa Bwana mwenyewe anatawala katika dunia hii kuwapeleka watu walio kimwili walionusurika kwenye Dhiki Kuu na ukoo wao kwenye wokovu wa wa milele, imani yao si ya kweli. Kwa hiyo Mungu atamruhusu adui Shetani na ibilisi awajaribu.

Wengi wa wale watu walio kimwili watadanganywa na adui

ibilisi na kuifuata njia ya upotevuni (Ufunuo 20:8). Kwa hiyo watu wa Mungu watatambua tena sababu ya Mungu kuumba jehanamu na watambua upendo mkuu wa Mungu anayetaka kujipatia watoto wa kweli kupitia kwa wokovu wa wanadamu. Pepo wabaya watakaochiliwa huru kwa muda mfupi watatumbukizwa tena katika shimo la giza, na Hukumu Kuu ya Kiti Cha Enzi Cheupe itaanza (Ufunuo 20:12). Sasa, ile Hukumu Kuu ya Kiti Cha Enzi Cheupe itafanyika vipi?

Mungu Anasimamia Hukumu Ya Kiti Cha Enzi Cheupe

Mnamo Julai 1982, nilipokuwa nikiombea ufunguzi wa kanisa fulani, nilikuja kujua kuhusu Hukumu Kuu ya Kiti Cha Enzi Cheupe kwa kina. Mungu alinifunulia mandhari ambamo Mungu atamhukumu kila mtu. Mbele za Kiti cha Enzi cha Mungu Baba, alisimama Bwana na Musa, na kuzunguka Kiti cha Enzi kulikuwa na watu waliofanya kazi kama majaji.

Tofauti na majaji wa ulimwengu huu, Mungu ni mkamilifu na hawafanyi makosa. Hata hivyo, bado anahukumu pamoja na Bwana ambaye anafanya kazi kama hakimu, Musa ni mwendesha mashtaka akitumia sheria, na watu wengine ni wanajopo wa majaji. Ufunuo 20:11-15 inaelezea haswa jinsi Mungu atakavyohukumu.

Kisha nikaona kiti cha enzi, kikubwa, cheupe, na yeye aketiye juu yake; ambaye nchi na mbingu zikakimbia uso wake, na mahali pao hapakuonekana. Nikawaona wafu, wakubwa kwa wadogo, wamesimama mbele ya hicho kiti cha enzi; na vitabu vikafunguliwa; na kitabu kingine kikafunguliwa, ambacho ni cha uzima; na hao wafu wakahukumiwa katika mambo hayo yaliyoandikwa katika vile vitabu, kulingana na matendo yao. Bahari ikawatoa wafu waliokuwamo ndani yake; na Mauti na Kuzimu zikawatoa wafu waliokuwamo ndani yake. Wakahukumiwa kila mtu kwa kadiri ya matendo yake. Mauti na Kuzimu zikatupwa katika lile ziwa la moto. Hii ndiyo mauti ya pili, yaani, hilo ziwa la moto. Na iwapo mtu yeyote hakuonekana ameandikwa katika kitabu cha uzima, alitupwa katika lile ziwa la moto.

"Kile kiti cha enzi, kikubwa" hapa kinarejea Kiti Cha Enzi cha Mungu, ambaye ni mhukumu. Mungu, huku akiwa amekaa kwenye kiti cha enzi kinachong'aa kiasi kwamba ni "cheupe," atafanya hukumu ya mwisho kwa upendo na haki ili kuyapeleka makapi jehanamu na wala si ngano.

Ndiposa wakati mwingine inaitwa Hukumu Kuu ya Kiti cha Enzi Cheupe cha Mungu. Mungu atahukumu kulingana na "kitabu cha uzima" kinachonakili majina ya wale waliookoka na vitabu vingine vinavyonakili matendo ya kila mtu.

Wale Wasiookoka Wataingia Jehanamu

Mbele ya Kiti cha Enzi cha Mungu, kuna kitabu cha uzima na vitabu vingine vinavyonakili matendo yote ya kila mtu ambaye hakumpokea Bwana au ambye hakuwa na imani ya kweli (Ufunuo 20:12).

Kuanzia wakati ule watu walipozaliwa hadi wakati ule Bwana alipoziita roho zao, kila tendo linanakiliwa katika vitabu hivi. Kwa mfano, kutenda mema, kumtukana mtu, kumpiga mtu, au kuwakasirikia watu, yote yamenakiliwa na mikono ya malaika.

Kama vile unavyoweza kunakili na kuhifadhi mazungumzo

fulani au matukio fulani kwa muda mrefu kupitia video au kunakili sauti, malaika huandika na kunakili hali zote kwenye vitabu vilivyo mbinguni kwa amri ya Mungu mwenyezi. Kwa hiyo, Hukumu Kuu ya Kiti cha Enzi Cheupe itafanyika bila makosa yoyote. Basi hukumu itafanyika kwa njia gani? Wale ambao hawajaokoka watahukumiwa kwanza. Watu hawa hawawezi kuja mbele za Mungu kwa sababu ni wenye dhambi. Watahukumiwa tu huko Kuzimu, Mahali pa Kusubiria Jehanamu. Hata ijapokuwa hawaji mbele za Mungu, hukumu itatekelezwa kwa ukali kana kwamba inatendeka mbele za Mungu mwenyewe.

Miongoni mwa wenye dhambi, Mungu kwanza atawahukumu wale ambao dhambi zao ni nzito. Baada ya hukumu ya wale ambao hawajaokoka, wataenda katika ziwa la moto au kwenye zima liwakalo moto na kiberiti na kuadhibiwa milele.

Waliookoka Watapokea Thawabu Mbinguni

Baada ya hukumu ya wale ambao hawajaokoka kukamilika kwa njia hiyo, hukumu ya thawabu kwa wale waliookoka itafuata. Kama ilivyoahidiwa katika Ufunuo 22:12, "Tazama, naja upesi, na malipo yangu yako pamoja nami, kumlipa kila mtu kama kazi yake ilivyo.," sehemu na thawabu mbinguni zitapangwa vilivyo.

Hukumu ya thawabu itafanyika kwa amani mbele ya Mungu kwa sababu ni za wana wa Mungu. Hukumu ya thawabu itaanza na wale wenye thawabu kubwa na nyingi zaidi hadi kwa wale wenye thawabu chache, kisha wana wa Mungu wataingia kwenye sehemu zao walizopangiwa.

Wala hapatakuwa na usiku tena; wala hawana haja ya taa

wala ya nuru ya jua; kwa kuwa Bwana Mungu huwatia nuru, nao watatawala hata milele na milele. (Ufunuo 22:5).

Mbali na shida na ugumu mwingi katika ulimwengu huu, utafurahi sana kwa sababu una tumaini la mbinguni! Huko utaishi na Bwana milele kwa furaha na bashasha bila machozi, huzuni, uchungu, magonjwa, au mauti.

Nimeeleza kidogo tu kuhusu Karamu ya Harusi ya Miaka Saba na Milenia ambapo utatawala na Bwana. Ikiwa nyakati hizi zinafurahisha–ambacho ni utangulizi tu wa maisha mbingunu, je, itakuwa furaha ya namna gani kuishi mbinguni? Kwa hiyo, sharti upige mbio kuelekea kwenye sehemu yako na kwenye thawabu ulizoandaliwa mbinguni hadi pale Bwana atakaporudi kukuchukua.

Kwa nini baba zetu wa imani walijaribu sana na kuteseka sana kuifuata njia nyembamba ya Bwana, badala ya kuifuata njia pana na rahisi ya ulimwengu huu? Walifunga na kuomba mara nyingi wakati wa usiku ili kuziacha dhambi zao na kujitoa kikamilifu kwa sababu walikuwa na matumaini ya kufika mbinguni. Kwa sababu waliamwamini Mungu ambaye angewatuza huko mbinguni kulingana na matendo yao, walijaribu sana kuwa watakatifu na waaminifu katika nyumba ya Mungu.

Kwa hiyo, ninaomba katika jina la Bwana kwamba hutahusika tu katika Karamu ya Harusi ya Miaka Saba na kukumbatiwa na Bwana, bali pia utakuwa karibu na Kiti cha Enzi cha Mungu mbinguni kwa kujaribu uwezavyo huku ukiwa na matumaini ya mbinguni.

Sura ya 4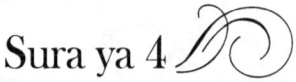

Siri za Mbinguni Zilizofichwa Tangu Kuumbwa kwa Ulimwengu

1. Siri za Mbinguni Zimefunuliwa Tangu Wakati wa Yesu
2. Siri za Mbinguni Zitakazofunuliwa Siku Za Mwisho
3. Nyumbani mwa Baba yangu Mna Makao Mengi

Akajibu, akawaambia,
Ninyi mmejaliwa kuzijua siri za ufalme wa
mbinguni,
bali wao hawakujaliwa.
Kwa maana yeyote mwenye kitu atapewa,
naye atazidishiwa tele;
lakini yeyote asiye na kitu,
hata kile alicho nacho atanyang'anywa..
Kwa sababu hii nasema nao kwa mifano;
kwa kuwa wakitazama hawaoni,
na wakisikia hawasikii, wala kuelewa
Hayo yote Yesu aliwaambia makutano kwa
mifano;
wala pasipo mfano hakuwaambia neno;
ili litimie neno lililonenwa na nabii,
akisema, Nitafumbua kinywa changu kwa
mifano,
Nitayatamka yaliyositirika tangu kuumbwa
kwa ulimwengu."

- Mathayo 13:11-13, 34-35 -

Siku moja, Yesu alipoketi ufuoni mwa ziwa, watu wengi, walikusanyika. Kisha Yesu aliwaambia mambo mengi kwa mafumbo. Wanafunzi wakamuuliza wakati huu, "Kwa nini wasema nao kwa mifano?" Akajibu akawaambia:

Nyinyi mmejaliwa kuzijua siri za mbinguni, bali wao hawakujaliwa. Kwa maana yeyote mwenye kitu atapewa, naye atazidishiwa tele; lakini yeyote asiye na kitu, hata kile alicho nacho atanyang'anywa. Kwa sababu hii nasema nao kwa mifano; kwa kuwa wakitazama hawaoni, na wakisikia hawasikii, wala kuelewa. Na neno la nabii Isaya linatimia kwao, likisema, kusikia mtasikia, wala hamtaelewa; kutazama mtatazama, wala hamtaona; Maana mioyo ya watu hawa imekuwa mizito, na kwa masikio yao hawasikii vema, na macho yao wameyafumba; wasije wakaona kwa macho yao, wakasikia kwa masikio yao, wakaelewa kwa mioyo yao, wakaongoka, nikawaponya. Lakini, heri macho yenu, kwa kuwa yanaona; na masikio yenu, kwa kuwa yanasikia. Kwa maana, amin, nawaambia, manabii wengi na wenye haki walitamani kuyaona mnayoyaona ninyi, wasiyaone; na kuyasikia mnayoyasikia ninyi, wasiyasikie. (Mathayo 13:11-17).

Kama Yesu alivyosema, manabii wengu na wenye haki hawakuweza kuona na kusikia siri za ufalme wa mbinguni ijapokuwa walitamani kuziona na kuzisikia.

Hata hivyo, kwa sababu Yesu, ambaye ni Mungu mwenyewe katika asili yake, alishuka chini duniani (Wafilipi 2:6-8), hiyo iliruhusiwa ili siri za mbinguni zifunuliwe kwa wanafunzi wake.

Kama ilivyoandikwa katika Mathayo 13:35, ".. ili litimie neno lililonenwa na nabii, akisema, Nitafumbua kinywa changu kwa mifano, Nitayatamka yaliyositirika tangu kuumbwa kwa ulimwengu,'" Yesu alisema kwa mifano kutimiza yale yaliyoandikwa katika Maandiko.

1. Siri za Mbinguni Zimefunuliwa Tangu Wakati wa Yesu

"Ujumbe wa Msalaba," ambayo ndiyo njia ya kupata watoto wa kweli wa Mungu, ulipangwa hata kabla ya ulimwengu kuumbwa, lakini ulikuwa siri iliyofichwa (1 Wakorintho 2:7). Kama usingekuwa umefichwa, adui Shetani na ibilisi wasingekuwa wamemsulubisha Yesu na njia ya wokovu wa mwanadamu isingefunguliwa.

Katika njia hiyo hiyo, siri za mbinguni zingekuwa hazikufichwa tangu kuumbwa kwa ulimwengu, uimarishaji wa wanadamu kuwa wana wa kweli wa Mungu haungetendeka.

Hata hivyo, baada ya Yesu kuja hapa duniani na kuanza Huduma yake, aliruhusu siri za mbinguni kujulikana kwa sababu alitaka watu wazae matunda mengi kwa kuzielewa siri hizo.

Yesu Anafunua Siri Za Mbinguni kupitia Manabii

Katika Mathayo 13, kuna mifano mingi juu ya mbinguni. Hii ni kwa sababu pasipo mifano, huwezi kuelewa na kutambua siri za mbinguni hata ikiwa unaisoma Biblia mara nyingi.

Ufalme wa mbinguni umefanana na mtu aliyepanda mbegu njema katika shamba lake (kif. 24).

Ufalme wa mbinguni umefanana na punje ya haradali, aliyoitwaa mtu akaipanda katika shamba lake; nayo ni ndogo kuliko mbegu zote; lakini ikiisha kumea, huwa kubwa kuliko miboga yote ikawa mti, hata ndege wa angani huja na kukaa katika matawi yake. (vif. 31-32).

Ufalme wa mbinguni umefanana na chachu aliyoitwaa mwanamke, akaisitiri ndani ya pishi tatu za unga, hata ukachachwa wote pia. (kif. 33).

Tena ufalme wa mbinguni umefanana na hazina iliyositirika katika shamba; ambayo mtu alipoiona, aliificha; na kwa furaha yake akaenda akauza alivyo navyo vyote, akalinunua shamba lile. (kif. 44).

Tena ufalme wa mbinguni umefanana na mfanya biashara, mwenye kutafuta lulu nzuri; 46 naye alipoona lulu moja ya thamani kubwa, alikwenda akauza alivyo navyo vyote, akainunua. (kif. 45-46).

Tena ufalme wa mbinguni umefanana na juya, lililotupwa baharini, likakusanya samaki wa kila namna; 48 hata lilipojaa, walilivuta pwani; wakaketi, wakakusanya walio wema vyomboni, bali walio wabaya wakawatupa (kif. 47-48).

Vivyo hivyo, Yesu alihubiri juu ya mbinguni, ambayo iko kwenye upeo wa kiroho, kupitia kwa mifano mingi. Kwa sababu mbinguni kuko katika upeo usioonekana, unaweza kuielewa tu kupitia mifano.

Ili uweze kupata uzima wa milele mbinguni, lazima uishi maisha mema ya imani huku ukijua jinsi ya kuipata mbingu, ujue ni watu wa aina gani watakaoingia huko, na wakati lini azimio hilo litatimizwa.

Je, lengo kuu la kwenda kanisani na kuishi maisha ya imani ni nini? Ni kuokoka na kwenda mbinguni. Ikiwa huwezi kwenda mbinguni ijapokuwa umekuwa ukienda kanisani kwa muda mrefu, utasikia uchungu jinsi gani?

Hata katika wakati wa Yesu, watu wengi waliitii sheria na

kukiri imani yao katika Mungu, lakini hawakufaa kuokolewa na kuingia mbinguni. Kwa sababu hiyo, katika Mathayo 3:2, Yohana Mbatizaji anasema, "Tubun;i kwa maana ufalme wa mbinguni umekaribia!" na aliandaa njia ya Bwana. Pia katika Mathayo 3: 11-12, aliwaambia watu kwamba Yesu ndiye Mwokozi na Bwana wa Hukumu Kuu, akisema, "Kweli mimi nawabatiza kwa maji kwa ajili ya toba; bali yeye ajaye nyuma yangu ana nguvu kuliko mimi, wala sistahili hata kuvichukua viatu vyake; yeye atawabatiza kwa Roho Mtakatifu na kwa moto. 12 Ambaye pepeto lake li mkononi mwake, naye atausafisha sana uwanda wake; na kuikusanya ngano yake ghalani, bali makapi atayateketeza kwa moto usiozimika."

Hata hivyo, Waisraeli wa wakati huo hawakushindwa tu kumtambua kama Mwokozi bali pia walimsulubisha. Inasikitisha sana kuona bado wanamsubiri Masihi hadi leo!

Siri za Mbinguni Zilizofunuliwa Mtume Paulo

Ijapokuwa mtume Paulo hakuwa mmoja wa mitume wa mwanzoni wa Yesu, yaani wale wanafunzi kumi na wawili, hakuwa nyuma ya mtu yeyote katika kushuhudia juu ya Yesu Kristo. Kabla Paulo hajakutana na Bwana, alikuwa amekuwa Farisayo aliyefuata sheria sana na itikaadi za wazee, na Myahudi aliyekuwa mwananchi wa Rumi tangu kuzaliwa kwake, aliyehusika katika kuwatesa Wakristo.

Hata hivyo, baada ya kukutana na Bwana akiwa njiani kwenda Dameski, Paulo alibadili nia na kuwaongoza watu wengi sana kwenye njia ya wokovu kwa kulenga sana kuwafikia Mataifa na injili.

Mungu alijua kwamba Paulo angeteseka kutokana na uchungu mwingi na mateso wakati akihubiri injili. Ndiposa alimfununia Paulo siri za ajabu za mbinguni ili aweze kukaza mwenga kulifikia lengo (Wafilipi 3:12-14). Mungu alimruhusu kuhubiri injili kwa furaha nyingi huku akiwa na matumaini ya mbinguni.

Ukisoma Nyaraka za Paulo, utaona kwamba aliandika kwa pumzi ya Roho Mtakatifu juu ya kurudi tena kwa Bwana, waamini watakavyonyakuliwa hewani, makao yao mbinguni, utukufu wa mbinguni, thawabu na taji za milele, Melkizedeki kuhani wa milele, na Yesu Kristo.

Katika 2 Wakorintho 12:1-4, Paulo anaelezea kanisa yale aliyoyapitia huko Korintho, ambalo ni kanisa alilolianzisha, na ambalo halikuwa likiishi kulingana na neno la Mungu.

Sina budi kujisifu, ijapokuwa haipendezi; lakini nitafikia maono na mafunuo ya Bwana. Namjua mtu mmoja katika Kristo, yapata sasa miaka kumi na minne, (kwamba alikuwa katika mwili sijui; kwamba alikuwa nje ya mwili sijui; Mungu ajua). Mtu huyo alinyakuliwa juu mpaka mbingu ya tatu. Nami namjua mtu huyo, (kwamba alikuwa katika mwili sijui; kwamba alikuwa nje ya mwili sijui; Mungu ajua); ya kuwa alinyakuliwa mpaka Peponi, akasikia maneno yasiyotamkika, ambayo haistahili mwanadamu ayaseme.

Mungu alimchagua mtume Paulo kwa ajili ya uinjilisti kwa Mataifa, akamtakasa kwa moto, na kumpa maono na mafunuo. Mungu alimwongoza na akashinda magumu yote kwa upendo imani, na matumaini ya mbinguni. Kwa mfano, Paulo alikiri kwamba alipelekwa Paradiso katika Mbingu ya Tatu na akasikia siri za mbinguni miaka kumi na minne kabla, lakini zilikuwa za ajabu sana kiasi kwamba mwanadamu hakuruhusiwa kuzisema.

Mtume ni mtu aliyeitwa na Mungu na anatii mapenzi ya yake kikamilifu. Hata hivyo, kulikuwa na watu wengine miongoni mwa washirika wa kanisa la Korintho waliodanganywa na manabii wa uwongo na kumhukumu mtume Paulo.

Wakati huu, mtume Paulo aliorodhesha magumu aliyopitia kwa ajili ya Bwana na kueleze ujuzi wake katika kuwaongoza Wakorintho wawe mabibi harusi wa Bwana, wakitenda sawa na neno la Mungu. Hii haikuwa kuonyesha majivuno yake kwa ujuzi wake wa kiroho, lakini kwa kulijenga na kulitia nguvu kanisa la Kristo kwa kuutetea na kuuthibitisha utume wake.

Kile unachopaswa kutambua hapa ni kwamba maono na mafunuo ya Bwana yanaweza tu kupewa wale walio wanafaa machoni mwa Mungu. Pia, tofauti na washirika wa kanisa la Korintho waliodanganywa na walimu wa uwongo waliohukumiwa na Paulo, sharti usimhukumu mtu yeyote anayefanya kazi kuupanua ufalme wa Mungu, anayeokoa watu wengu, na anayetambuliwa na Mungu.

Siri za Mbinguni Zilizoonyeshwa Mtume Yohana

Mtume Yohana alikuwa mmoja wa wale wanafunzi kumi na wawili na alipendwa na Yesu sana. Yesu mwenyewe hakumwita Yohana "mwanafunzi" tu lakini pia alimstawisha kiroho ili aweze kumtumia mwalimu wake kwa karibu. Alikuwa anakasirika upesi hivi kwamba alikuwa akiitwa "mwana wa radi,'" lakini akaja kuwa mtume wa upendo baada ya kubadilishwa na nguvu za Mungu. Yohana alimfuata Yesu akitafuta utukufu wa mbinguni. Pia alikuwa mwanafunzi pekee aliyesikia maneno saba ya mwisho aliyosema Yesu msalabani. Alikuwa mwaminifu katika kazi yake kama mtume, na akawa mtu mkubwa mbinguni.

Kutokana na kuteswa sana kwa Wakristo na Utawala wa Kirumi, Yohana alitupwa ndani ya mafuta yanayochemka, lakini hakuuawa na alipelekwa uhamishoni katika kisiwa cha Patmo. Akiwa huko, aliwasiliana na Mungu kwa kina na akaandika kitabu cha Ufunuo ambacho kimejaa siri za mbinguni.

Yohana aliandika mambo mengi ya kiroho kama vile Kiti cha Enzi cha Mungu na cha Mwanakondoo mbinguni, kuabudu mbinguni, viumbe wanne walio hai wanaozunguka Kiti cha Enzi cha Mungu, Dhiki Kuu ya Miaka Saba na kazi ya malaika, Karamu ya Harusi ya Mwanakondoo na Milenia, Hukumu Kuu ya Kiti cha Enzi Cheupe, jehanamu, Yerusalemu Mpya, na shimo la giza, Kuzimu.

Ndiposa mtume Yohana anasema katika Ufunuo 1:1-3 kwamba kitabu kiliandikwa kupitia kwa mafunuo na maono ya Bwana, na anaandika kila kitu kwa sababu kila kilichoandikwa kitatendeka karibuni.

Ufunuo wa Yesu Kristo, aliopewa na Mungu awaoneshe watumwa wake mambo ambayo hayana budi kuwako upesi; naye akatuma kwa mkono wa malaika akamwonesha mtumwa wake Yohana; aliyelishuhudia neno la Mungu, na ushuhuda wa Yesu Kristo, yaani, mambo yote aliyoyaona. Heri asomaye na wao wayasikiao maneno ya unabii huu, na kuyashika yaliyoandikwa humo; kwa maana wakati uko karibu.

Kile kirai kinachosema "wakati uko karibu" kinamaanisha kwamba kurudi kwa Bwana kumekarbia. Kwa hiyo, ni muhimu sana kuwa na sifa zifaazo kuingia mbinguni kwa kuokolewa kwa imani.

Hata ikiwa unaenda kanisani kila wiki, huwezi kuokolewa usipokuwa na imani yenye matendo. Yesu anakuambia, "Si kila mtu aniambiaye, 'Bwana, Bwana,' atakayeingia katika Ufalme wa Mbinguni bali ni yeye afanyaye mapenzi ya Baba yangu aliye mbinguni" (Mathayo 7:21). Kwa hiyo ikiwa hutendi kulingana na neno la Mungu, bila shaka huwezi kuingia mbinguni.

Kwa hiyo, mtume Yohana anaeleza kwa kina matukio na unabii ambao utatendeka na kutimia hivi karibuni katika Ufunuo 4 kuendelea, na anahitimisha kwamba Bwana atarudi tena na lazima ufue vazi lako.

Tazama, naja upesi! Thawabu yangu I mkononi mwangu, na nitampa kila mtu sawasawa na alivyotenda. Mimi ni Alfa na Omega, kwa Kwanza na wa Mwisho, Mwanzo na Mwisho. Wamebarikiwa wale wafuao mavazi yao, ili wapate haki ya kuuendea huo mti wa uzima na kuliingia hilo jiji kupitia kwenye malango yake. (Ufunuo 22:12-14).

Kiroho, vazi linasimamia moyo na matendo. Kufua mavazi kunamaanisha kutubu dhambi na kujaribu kuishi kulingana na mapenzi ya Mungu.

Kwa hiyo kiwango kile ambacho unaishi kulingana na neno la Mungu, utapita malango hadi uingie sehemu ile nzuri zaidi mbinguni, ile Yerusalemu Mpya.

Katika kitabu kiitwacho Kiwango cha Imani ambacho kitachapishwa baadaye, inaelezwa wazi kwamba hata imani ina mchakato wa kukua. Vivyo hivyo, mtume Yohana aliweka imani katika viwango kadhaa, imani ya watoto wadogo, watoto wa kawaida, vijana, na kina baba.

Kwa hiyo, sharti utambue kwamba kadri imani yako inavyokua, ndivyo makao yako mbinguni yanavyozidi kuwa bora zaidi.

Siri za Mbinguni Zimefunuliwa Hata Leo

Takriban miaka elfu moja na mia tisa imepita tangu mtume Yohana alipoandika kitabu cha Ufunuo, and today, the time of the Lord's return is much nearer. Ndiposa Mungu anafungua macho ya kiroho ya watu fulani na anawaruhusu kuona mbinguni na jehanamu. Alikuwa akaruhusu roho za watu wengine kutembelea mbinguni na jehanamu kwa muda fulani, na kisha kuwatia moyo kueneza kile walichokiona kwa waamini na watu wasiamini. Ninasikitia kwa kutoweza vya kutosha juu ya mbinguni na jehanamu kwa sababu kwa kiasi kikubwa ni mambo ya upeo wa kiroho. Wakati mwingine, watu hueleza ujumbe kwa njia isiyokuwa sahihi, au wasikizaji hawauelewi kabisa.

Pia nilitamani sana kujua habari za mbinguni sana, na nikapokea jibu na nikaweza kuzijua siri za mbinguni kwa kina baada ya kufunga na kuomba mara nyingi kwa muda wa miaka saba. Mnamo Mei 1984, muda mfupi kabla siku yangu ya kuzaliwa, Mungu aliniamrisha kufunga kwa siku tatu nikiwa pale mahali kwangu kwa kuombea, ambapo palikuwa mbali na washirika wangu, na akaniwezesha kuwa na mawasiliano ya kina naye. Alinieleza kwa kina wakati huo, na ilichukua karibu kurasa 120 za maandishi kwenye madaftari ya chuo. Alinieleza juu ya maisha ya ajabu, ya kushangaza, na ya furaha huko mbinguni, na makao tofauti tofauti na thawabu watakazopokea watu kulingana na kiwango cha imani yao. Wakati fulani katika huduma yangu, nilihubiri mara moja kuhusu mbinguni kwa miezi kadhaa.

Baadaye, Mungu akanifunulia zaidi siri za mbinguni kama alivyoeleza katika Kitabu cha Ufunuo, na anaendelea anaendelea kuelezea mambo hayo kwa kina tangu mwaka 1998. Mungu amekuwa akinifunulia mambo mengi yaliyofichika kabla mwanzo wa wakati, na kama vile mtume Paulo alivyokiri na kusema "ambayo hayastahili mwanadamu ayaseme," kuna mambo mengi ambayo siwezi kuyasema.

Mungu ameniruhusu kujua si tu mambo yanayohusu mbinguni bali pia juu ya siri kali za upeo wa kiroho kwa sababu kadhaa. Kwanza, Mungu anapenda kuwaokoa watu wengi

79

kupitia kwa ushuhuda wangu juu ya Mungu ambaye amekuwako kabla ya mwanzo wa wakati na kwa kumtangaza Mwokozi Yesu Kristo. Pili, Mungu, ambaye ni mtakatifu na mkamilifu, anapenda kuwaongoza watoto wake wawe watakatifu na wakamilifu na wawe tayari kwa kurudi kwa Bwana kama mabibi harusi wazuri kwa kutangaza injili ya utakatifu.

Kwa hiyo, sharti utambue kwamba mwisho umekaribia sana na uweze kuingia Yerusalemu Mpya iliyo nzuri na safi kama bilauri kwa kueneza injili na kujaribu kujiandaa kama bibi harusi mrembo wa Kristo Yesu.

2. Siri za Mbinguni Zitakazofunuliwa Siku Za Mwisho

Hebu sasa tuangalie siri za mbinguni ambazo zimefunuliwa na ambazo zitatimia wakati wa mwisho kupitia kwa mifano ya Yesu katika Mathayo 13.

Atatenganisha Waovu na Wenye Haki

Katika Mathayo 13:47-50, Yesu anasema kwamba ufalme wa mbinguni ni kama juya lililotupwa baharini na kunasa kila aina ya samaki. Je, hii inamaanisha nini?

Tena ufalme wa mbinguni umefanana na juya, lililotupwa baharini, likakusanya samaki wa kila namna; hata lilipojaa, walilivuta pwani; wakaketi, wakakusanya walio wema vyomboni, bali walio wabaya wakawatupa. Ndivyo itakavyokuwa katika mwisho wa dunia; malaika watatokea, watawatenga waovu mbali na wenye haki, na kuwatupa katika tanuri ya moto; ndiko kutakuwako kilio na kusaga meno.

"Baharini" hapa linarejea ulimwengu huu, "samaki" ni waamini wote, na mvuvi anayetupa juya baharini na kunasa samaki, ni Mungu. Basi, maana yake nini kwa Mungu kutupa juya, na kilivuta juu wakati limejaa, na kuwatoa wale samaki wazuri na kuwatia kwenye vikapu na kuwatupa wale wabaya? Hii ni kukujulisha kwamba wakati wa mwisho, malaika watakuja na kuwakusanya wale wenye haki kwenda mbinguni na kuwatupa wale wabaya jehanamu.

Leo, watu wengu wanafikiri kwamba wataingia ufalme wa mbinguni wakimpokea Yesu Kristo. Hata hivyo, Yesu anasema wazi kwamba, "..malaika watatokea, watawatenga waovu mbali na wenye haki, 50 na kuwatupa katika tanuri ya moto" (Mathayo 13:50). "wenye haki" hapa inamaanisha wale walioitwa "wenye haki" kwa kumwamini Yesu Kristo mioyoni mwao na kuakisi imani yao kwa matendo. U "mwenye haki" si kwa sababu unalijua neno la Mungu, lakini kwa sababu unazitii amri zake na kutenda sawa na mapenzi yake (Mathayo 7:21).

Katika Biblia kuna "Ya kutenda," "Na ya kutotenda," "Ya kuweka," na "Ya kutupa." Ni wale tu wanaoishi kulingana na neno la Mungu ndiyo "wenye haki" na wanachukuliwa kuwa na imani ya kiroho, iliyo hai. Kuna watu ambao wanasemekana ni wenye haki, lakini wanaweza kuwekwa kwenye kundi la "wenye haki" machoni pa watu au "wenye haki" machoni mwa Mungu. Kwa hiyo, sharti uweze kutambua tofauti kati ya wenye haki kibinadamu na wenye haki wa Mungu, na uwe mwenye haki machoni mwa Mungu.

Kwa mfano, ikiwa mtu anayejiona kuwa mwenye haki ataiba, nani atamkubali kama mtu mwenye haki? Ikiwa wale wanaojiita "wana wa Mungu," wanaendelea kutenda dhambi na hawaishi kulingana na neno la Mungu, hawawezi kuitwa "wenye haki." Aina hii ya watu ni wale waovu miongoni mwa "wenye haki."

Kung'aa Kwa Miili ya Mbinguni

Ukimpokea Yesu Kristo na kuishi kulingana na neno la Mungu, utang'aa kama jua mbinguni. Mtume Paulo aliandika kuhusu siri za mbinguni kwa kina katika 1 Wakorintho 15:40-41.

Tena kuna miili ya mbinguni, na miili ya duniani; lakini fahari yake ile ya mbinguni ni mbali, na fahari yake ile ya duniani ni mbali. 41 Kuna fahari moja ya jua, na fahari nyingine ya mwezi, na fahari nyingine ya nyota; maana iko tofauti ya fahari hata kati ya nyota na nyota.

Kwa kuwa mtu anaipata mbingu kwa imani tu, ni dhahiri kwamba utukufu wa mbinguni utakuwa tofauti kulingana na kiwango cha imani cha mtu. Ndiposa kuna utukufu wa jua, wa mwezi, na wa nyota; hata miongoni mwa nyota, kung'aa kwao kunatofautiana.

Hebu tuangalie siri nyingine ya mbinguni kupitia kwa mfano wa tembe ya haradali katika Mathayo 13:31-32.

[Yesu] Akawatolea mfano mwingine, akisema, Ufalme wa mbinguni umefanana na punje ya haradali, aliyoitwaa mtu akaipanda katika shamba lake; 32 nayo ni ndogo kuliko mbegu zote; lakini ikiisha kumea, huwa kubwa kuliko miboga yote ikawa mti, hata ndege wa angani huja na kukaa katika matawi yake."

Punje moja ya haradali ni ndogo kama alama inayoachwa na kalamu yenye ncha kwenye karatasi. Hata hivyo, hii punje ndogo itakua na kuwa mti mkubwa ili ndege waweze kutua na kujenga viota vyao. Basi, Yesu alitaka kutufundisha nini kupitia mfano wa punje ya haradali? Masomo tunayoweza kujifunza ni kwamba mbinguni inapatikana kwa imani, na kwamba kuna viwango tofauti vya imani. Kwa hiyo, hata ikiwa una imani "imani" sasa, unaweza kuiimarisha na kuwa imani "kubwa.

Hata imani Ndogo Kama Punje ya Haradali

Katika Mathayo 17:20 inasema, "Yesu akawaambia, Kwa sababu ya upungufu wa imani yenu. Kwa maana, amin, nawaambia, Mkiwa na imani kiasi cha punje ya haradali mtauambia mlima huu, Ondoka hapa uende kule; nao utaondoka; wala halitakuwako neno lisilowezekana kwenu." Kwa kujibu ombi la wanafunzi wake la, "tuongezee imani!" Yesu alijibu, "Kama mngekuwa na imani kiasi cha chembe ya haradali, mngeuambia mkuyu huu, Ng'oka, ukapandwe baharini, nao ungewatii." (Luka 17:5-6).

Je, vifungu hivi vina maana gani ya kiroho? Ina maana kwamba imani ndogo kama punje ya haradali hukua na kuwa imani kubwa, hakuna kitakachokuwa hakiwezekani. Mtu anapompokea Yesu Kristo, hupewa imani ndogo kama punje ya haradali. Atakapoipanda punje hii moyoni mwake, itachipuza. Itakapokua na kuwa imani kubwa mithili ya mti mkubwa ambao ndege wanaweza kuja na kujenga viota, mtu ataweza kushuhudia kazi za nguvu za Mungu ambazo Yesi alitenda kama vile vipofu kuona tena, viziwi kusikia, na mabubu kuongea, na wafu kufufuka.

Ukidhani kwamba una imani, lakini huwezi kuonyesha kazi za nguvu za Mungu na bado una shida katika familia yako au biashara, hiyo ni kwa sababu imani yako iliyo ndogo kama punje ya haradali haijakua bado na kuwa mti mkubwa.

Mchakato Wa Ukuaji wa Imani Ya Kiroho

Katika 1 Yohana 2:12-14, mtume Yohana anaeleza kwa kifupi juu ya ukuaji wa imani ya kiroho.

"Nawaandikia ninyi, watoto wadogo, kwa sababu mmesamehewa dhambi zenu, kwa ajili ya jina lake. Nawaandikia ninyi, akina baba, kwa sababu mmemjua yeye aliye tangu mwanzo. Nawaandikia ninyi, vijana, kwa sababu mmemshinda yule mwovu. Nimewaandikia ninyi, watoto, kwa sababu mmemjua Baba. Nimewaandikia ninyi, akina baba, kwa sababu mmemjua yeye aliye tangu mwanzo. Nimewaandikia ninyi, vijana, kwa sababu mna nguvu, na neno la Mungu linakaa ndani yenu, nanyi mmemshinda yule mwovu."

Sharti utambue kwamba kuna mchakato katika ukuaji wa imani. Lazima uendeleze imani yako na uwe na imani ya baba zetu ambayo kwayo unaweza kumjua Mungu ambaye amekuweko kabla mwanzo wa wakati. Usitosheke ni kiwango cha imani ya watoto ambao wamesamehewa dhambi zao kwa ajili ya Yesu Kristo.

Pia, kama Yesu anavyosema katika Mathayo 13:33, "Akawaambia mfano mwingine; Ufalme wa mbinguni umefanana na chachu aliyoitwaa mwanamke, akaisitiri ndani ya pishi tatu za unga, hata ukachachwa wote pia."

Kwa hiyo, sharti uelewe kwamba imani inayokua na iliyo ndogo kama punje ya haradali inaweza kukua kwa haraka na kuwa kubwa kama vile chachu inavyoweza kuchacha unga. Kama Biblia isemavyo katika 1 Wakorintho 12:9, imani ni karama ya roho ambayo mtu hupewa na Mungu.

Kununua Mbingu na Vyote Ulivyo Navyo

Unahitaji juhudi zenyewe ili uipate mbingu kwa sababu mbinguni kunaweza kupatikana tu kwa imani na kuna mchakato katika ukuaji wa imani. Hata katika ulimwengu huu, lazima ujitahidi sana kupata utajiri na umaarufu, bila kuzungumzia swala la kujipatia pesa za kutosha za kununua kwa mfano, nyumba. Unajaribu sana kununua na kutunza vitu hivi vyote, ambavyo huwezi kuwa navyo milele. Je, si ungetia bidii zaidi kupata fahari na makao ya mbinguni ambayo utakuwa nayo milele?

Yesu anasema katika Mathayo 13:44, "ufalme wa mbinguni umefanana na hazina iliyositirika katika shamba; ambayo mtu alipoiona, aliificha; na kwa furaha yake akaenda akauza alivyo navyo vyote, akalinunua shamba lile." Anaebdelea katika Mathayo 13:45-46, "Tena ufalme wa mbinguni umefanana na mfanya biashara, mwenye kutafuta lulu nzuri; naye alipoona lulu moja ya thamani kubwa, alikwenda akauza alivyo navyo vyote, akainunua."

Basi, siri za mbinguni zilizofunuliwa kupitia mifano ya hazina iliyositirika kwenye shamba na lulu nzuri ni gani? Yesu kwa kawaida alisimulia mifano kwa kutumia vitu ambavyo vinaweza kuonekana katika maisha ya kila siku. Sasa natuangalie mfano wa "hazina iliyositirika katika shamba."

Kulikuwa na mkulima maskini aliyeishi kwa kufanya kazi ya malipo ya siku. Siku moja, akaenda kumfanyia kazi jirani mmoja. Yule mkulima akaambiwa kwamba lile shamba lilikuwa tasa kwa sababu halikuwa limetumiwa kwa miaka mingi, lakini yule jirani yake alitaka kupanda miti ya matunda ili shamba lisikae bure. Yule mkulima alikubali kufanya ile kazi. Siku moja alipokuwa akichimbua lile shamba aligonga kitu kigumu na jembe lake. Aliendelea kuchimbua na akapata hazina nyingi mchangani. Yule

85

mkulimwa aliyevumbua ile hazina alianza kufikiria njia ambazo zingemsaidia kuipata ile hazina. Akaamua kulinunua lile shamba mlimokuwa ile hazina na kwa kuwa lile shamba lilikuwa tasa na kuachwa, yule mkulima alidhani kwamba yule mwenye shamba huenda akataka kuliuza bila shida yoyote.

Yule mkulima alienda nyumbani kwake, akasafisha kila kitu na kuanza kuuza mali zake zote. Hakujuta kuuza vyote alivyokuwa navyo, kwa sababu alikuwa amegundua hazina, ambayo ilikuwa na thamani kushinda vyote alivyokuwa navyo.

Mfano wa Hazina Iliyositirika Shambani

Ni nini unachoweza kutambua kutokana na mfano wa hazina iliyositirika shambani? Ninatumai kwamba unaelewa siri ya mbinguni wka kuangalia maana ya kiroho ya mfano wa hazina iliyositirika kwenye shamba kwa njia nne.

Kwanza, shamba linasimamia moyo wako na hazina inasimamia mbinguni. Ina maana kwamba mbinguni, kama hazina, kumefichwa moyoni mwako.

Mungu aliwaumba wanadamu na roho, nafsi na mwili. Roho imeumbwa kuwa bwana wa mwanadamu na iwasiliane na Mungu. Nafsi umeumbwa ili itii amri ya roho, na mwili umeumbwa kuwa makao ya roho na ya nafsi. Kwa hiyo, mwanadamu alikuwa roho iliyo hai kama inavyosemwa katika Mwanzo 2:7.

Tangu wakati wa mwanadamu wa kwanza Adamu kutenda dhambi ya uasi, hata hivyo, roho, bwana wa mwanadamu, ilikufa, na nafsi ikaanza kuchukua nafsi ya bwana. Ndipo watu wakaanguka kwenda dhambi zaidi na ikabidi waifuate njia ya mauti kwa sababu hawangeweza kuwasiliana na Mungu. Sasa walikuwa wamegeuka kuwa watu wa nafsi, ambayo inadhibitiwa na adui Shetani na ibilisi.

Kwa sababu hii, Mungu wa upendo alimtuma mwanawe wa pekee Yesu ulimwenguni na kumwacha asulubiwe na amwage damu yake kama sadaka ya kumkomboa mwanadamu kutokana na dhambi zake. Ndiposa, njia ya wokovu imefunguliwa ili uweze kuwa mwana wa Mungu mtakatifu na uwasiliane naye.

Kwa hiyo, kila anayempokea Yesu Kristo kama mwakozi wake atapokea Roho Mtakatifu, na roho yake itahuishwa tena. Pia, atapokea haki ya kufanywa mwana wa Mungu na atajawa na furaha moyoni mwake.

Inamaanisha kwamba roho alikuja kuwasiliana na Mungu na kudhibiti nafsi na mwili tena kama bwana wa mwanadamu. Pia inamaanisha alikuja kumcha Mungu na kulitii neno lake, na kutekeleza wajibu wa mwanadamu aliopewa.

Kwa hiyo, uvuvio wa roho ni sawa na kutafuta ile hazina iliyofichwa shambani. Mbinguni ni kama hazina iliyofichwa shambani kwa sababu mbinguni sasa ku moyoni mwako.

Pili, mtu aliyeiona ile hazina shambani na kufurahi inamaanisha mtu akimpokea Yesu Yesu Kristo na kumpokea Roho Mtakatifu, ile roho iliyokufa hufufuka, na atatambua kwamba moyoni mwake mna mbingu na hivyo atafurahi.

Yesu anasema katika Mathayo 11:12, "Tangu siku za Yohana Mbatizaji hata sasa ufalme wa mbinguni hupatikana kwa nguvu, nao wenye nguvu huuteka." Mtume Yohana pia aliandika katika Ufunuo 22:14, "Heri wazifuao nguo zao, ili wawe na haki ya kuuendea huo mti wa uzima, na kuingia mjini kwa milango yake"

Kile unachoweza kujifunza kupitia haya ni kwamba si kila mtu aliyempokea Yesu Kristo ataenda makao yale yale katika ufalme wa mbingun. Utarithi makao mazuri zaidi mbinguni sawa na jinsi unavyofanana na Bwana na kuwa mkweli.

Kwa hiyo, wale wanaompenda Mungu na wana matumaini ya mbinguni watatenda sawa na neno la Mungu katika mambo yote na watafanana na Bwana kwa kuutupilia mbali uovu wote.

Utaupokea ufalme wa Mungu, sawa na vile utakavyoujaza moyo wako na mbinguni, ambako kuna wema na kweli pekee, utakapotambua kwamba moyoni mwako mna mbingu, utafurahi.

Hii ndiyo aina ya furaha unayoipata wakati unapokutana na Yesu Kristo. Mtu aliyekuwa akiifuata njia ya mauti lakini akapata uzima wa kweli na mbingu ya milele kupitia kwa Yesu Kristo, atafurahi sana!! Pia atafurahi sana kwa sababu anaweza kuamini ufalme wa mbinguni moyoni mwake. Katika njia hii, furaha ya mwanadamu afurahiye kwa kuipata ile hazina iliyofichwa shambani inasimamia furana ya kumpokea Yesu Kristo na kuwa na ufalme wa mbinguni moyoni mwake.

Tatu, kuificha tena ile hazina baada ya kuipata inamaanisha kwamba roho iliyokufa imefufuka na mtu mwenye roho hiyo anapenda kuishi kulingana na mapenzi ya Mungu, lakini hawezi kuchukua bidii zake na kuziweka katika matendo kwa sababu hajapokea nguvu za kumwezesha kuishi kulingana na neno la Mungu.

Yule mkulima hangeweza kuchimbua kwa haraka ile hazina mara tu alipoiona. Kwanza ilimbidi auze mali zake zote na anunue lile shamba. Katika njia hiyo hiyo, unajua kwamba kuna mbinguni na jehanamu na unajua jinsi unavyoweza kuingia mbinguni unapompokea Yesu Kristo, lakini huwezi kuonyesha matendo yako mara tu unapoanza kulisikiza neno la Mungu.

Kwa sababu ulikuwa umeishi maisha yasiyokuwa ya haki

ambayo yalikuwa ya kuasi neno la Mungu kabla hujampokea Yesu Kristo, bado umebakia uovu mwingi katika moyo wako. Hata hivyo, ikiwa hutatupa yale yote yasiyo kweli katika moyo wako wakati ukikiri kwamba unamwamini Mungu, Shetani ataendelea kukuelekeza gizani ili usiweze kuishi kulingana na neno la Mungu. Kama vile mkulima alivyonunua shamba baada ya kuuza vyote alivyokuwa navyo, unaweza kuipata hazima moyoni mwako wakati tu utakapojaribu kutupilia mbali akili ya uwongo na kuwa na moyo wa kweli ambao Mungu anapenda.

Hivyo, lazima uifuate kweli, ambalo ni neno la Mungu, kwa kumtegemea Mungu na kuomba kwa bidii. Ukifanya hivyo, uwongo wote utatupiliwa mbali na utapokea nguvu za kutenda n na kuishi sawa na neno la Mungu. Sharti utambue kwamba mbinguni ni kwa watu wa aina hii.

Nne, kuuza vyote kunamaanisha kwamba ili roho iliyokufa iweze kufufuka na kuwa bwana wa mwanadamu, sharti uharibu uwongo wote unaomilikiwa na nafsi.

Wakati roho iliyokufa inapofufuka, utatambua kwamba kuna mbinguni. Sharti uipate mbingu kwa kuharibu mawazo yote ya uwongo, ambayo ni ya nafsi na yanatawalwa na Shetani, na kwa kuwa na imani inayoambatana na matendo. Hii ni kanuni ile ile ya kifaranga ambacho huwa hakina budi kuvunja yai na kuja duniani.

Kwa hiyo, lazima utupilie mbali matendo yote na tamaa za mwili ili uipate mbingu kikamilifu. Isitoshe, sharti uwe mtu wa roho yote, mtu anayefanana kabisa na uungu wa Bwana (1 Wathesalonike 5:23).

Matendo ya mwili ni kitu kimoja na uovu moyoni ambao matokeo yake ni matendo. Tamaa za mwili zinarejea asili zote za dhambi moyoni ambazo hujidhihirisha katika matendo wakati wowote, hata ijapokuwa hazijatendwa bado. Kwa mfano, ukiwa na chuki moyoni mwako, ni tamaa za mwili, na chuki hii ikizaa kitendo cha kumpiga mtu mwingine, basi ni kitendo cha mwili.

Wagalatia 5:19 -21 inasema kwa uzito, "Basi matendo ya mwili ni dhahiri, ndiyo haya, uasherati, uchafu, ufisadi, ibada ya sanamu, uchawi, uadui, ugomvi, wivu, hasira, fitina, mafarakano, uzushi, husuda, ulevi, ulafi, na mambo yanayofanana na hayo, katika hayo nawaambia mapema, kama nilivyokwisha kuwaambia, ya kwamba watu watendao mambo ya jinsi hiyo hawatarithi ufalme wa Mungu.."

Pia, Warumi 13:13-14 inatuambia, "Kama ilivyohusika na mchana na tuenende kwa adabu; si kwa ulafi na ulevi, si kwa ufisadi na uasherati, si kwa ugomvi na wivu. Bali mvaeni Bwana Yesu Kristo, wala msiuangalie mwili, hata kuwasha tamaa zake," na Warumi 8:5 inasema, "Kwa maana wale waufuatao mwili huyafikiri mambo ya mwili; bali wale waifuatao roho huyafikiri mambo ya roho."

Kwa hiyo, kuuza vyote ulivyo navyo maana yake ni kuharibu uwongo wote dhidi ya mapenzi ya Mungu nafsini mwango na kuyatupilia mbali matendo na tamaa za mwili, ambazo si sawa kulingana na neno la Mungu, na kuyaacha yote mengine uliyopenda zaidi kushinda Mungu

Ukiendelea kutupilia mbali dhambi zako na uovu kwa njia hii, roho yako itavuviwa zaidi na zaidi na utaweza kuishi kulingana na neno la Mungu kwa kufuata mapenzi ya Roho Mtakatifu. Hatimaye, utaweza mtu wa kiroho na kuweza kuwa na asili ya uungu wa Bwana (Wafilipi 2:5-8).

Mbingu Inapatikana Sawa Na Inavyopatikana Moyoni

Mtu anayeipata mbingu kwa imani ni yule anayeuza kila kitu alicho nacho kwa kutupilia mbali uovu wote na kukamilisha mbinguni ndani ya moyo wake. Hatimaye, Bwana atakaporudi, ile mbingu ambayo ilikuwa kama kivuli utakuwa kitu halisi na atapokea mbingu ya milele. Mtu anayeipata mbingu ndiye mtu tajiri zaidi hata ikiwa inambidi kutupilia mbali kila kitu hapa duniani. Hata hivyo, mtu ambaye hataipata mbingu ndiye mtu maskini zaidi ambayo kiuhalisia hana kitu, hata ijapokuwa ana kila kitu hapa duniani. Hii ni kwa sababu kila kitu unachohitaji kiko ndani ya Yesu Kristo na kitu chochote kilicho nje ya Yesu Kristo ni bure kwa sababu, baada ya kufa, hukumu ya milele unamngoja.

Ndiposa Mathayo aliacha kazi yake na kumfuata Yesu. Ndiposa Petro aliacha mashua na nyavu zake na kumfuata Yesu. Hata mtume Paulo baada ya kumpokea Yesu Kristo aliviona vitu vyote kuwa kama takataka. Sababu iliyowafanya mitume kufanya hivi ni kwamba walitaka kuipata ile hazina, ambayo ilikuwa na thamani zaidi kuliko vitu vyote hapa duniani, na kuichimbua.

Katika njia hiyo hiyo, sharti uonyeshe imani yako kwa matendo kwa kulitii neno la kweli na kutupilia mbali uwongo wote ulio kinyume na Mungu. Sharti ukamilishe ufalme wa mbinguni moyoni mwako kwa kuuza uwongo wote kama vile ukaidi, kiburi na majivuno, vitu ambavyo umeviona kuwa kama hazina moyoni mwako.

Kwa hiyo, usitafute vitu vya ulimwengu huu, lakini uza kila kitu ili uweze kuipata mbingu moyoni mwako na urithi ufalme wa milele wa mbinguni.

3. Nyumbani mwa Baba Yangu Mnayo Makao Mengi

Ukiangalia Yohana 14:1-3, utaona kwamba kuna makao mengi mbinguni, na Yesu alienda kukuandalia makao mbinguni.

Msifadhaike mioyoni mwenu; mnamwamini Mungu, niaminini na mimi. Nyumbani mwa Baba yangu mna makao mengi; kama sivyo, ningaliwaambia; maana naenda kuwaandalia mahali. Basi mimi nikienda na kuwaandalia mahali, nitakuja tena niwakaribishe kwangu; ili nilipo mimi, nanyi muwepo.

Bwana Alienda Kukuandalia Makao Yako Ya Mbinguni

Yesu aliawaambia wanafunzi wake mambo yale ambayo yengetendekea muda mfupi kabla hajakamatwa ili akasulubishwe. Ukiangalia wanafunzi wake, ambao walikuwa wana wasiwasi baada ya kusikia jinsi Yuda Iskariote alivyomsaliti, jinsi Petro alivyomkana Yesu, na kifo cha Yesu, utaona Yesu aliwafariji kwa kuwaambia makao ya mbinguni.

Ndiposa alisema, "Nyumbani mwa Baba yangu mna makao mengi; kama sivyo ningaliwaambia; maana naenda kuwaandalia mahali." Yesu alisulubiwa na kweli akafufuka baada ya siku tatu, na kuyavunja mamlaka ya mauti. Kisha, baada ya siku arubaini, akapaa kwenda mbinguni huku watu wengi wakiangalia, ili akakuandalie makao.

Basi, maana ya "Naenda kuwaandalia mahali?" ni nini? Kama ilivyoandikwa katika 1 Yohana 2:2, "[Yesu] ndiye kafara ya upatanisho wa dhambi zetu; wala si kwa dhambi zetu tu, bali na kwa dhambi za ulimwengu wot," ina maana kwamba Yesu aliuvunja ukuta wa dhambi kati ya wanadamu na Mungu, kwa hiyo mtu awaye yote anaweza kuingia mbinguni kwa imani.

Bila Yesu Kristo, ukuta wa dhambi kati ya Mungu na wewe usingekuwa umevunjiliwa mbali. Katika Agano la Kale, mtu alipotenda dhambi, alitoa sadaka ya mnyama kama ondoleo la dhambi yake. Hata hivyo, Yesu alikuwezesha kusamehewa dhambi zako kwa kujitoa yeye mwenyewe kama sadaka ya mara moja (Waebrania 10:12-14).

Ni kupitia kwa Yesu Kristo pekee, ndipo ukuta wa dhambi kati ya Mungu na wewe unaweza kuvunjiliwa mbali, na unaweza kupokea baraka ya kuingia ufalme wa mbinuni na kufurahia maisha mazuri ya milele na yenye furaha.

"Nyumbani Mwa Baba Yangu Mna Makao Mengi"

Yesu katika Yohana 14:2 anasema, "Nyumbani mwa Baba yangu mna makao mengi." Moyo wa Bwana ambaye anapenda watu wote waokolewe umeguswa sana katika kifungu hiki. Kabla sijasahau, kwa nini Yesu alisema "Nyumbani mwa Baba yangu," badala ya kusema "Katika ufalme wa mbinguni"? Ni kwa sababu Mungu hataki "wananchi" lakini anataka "watoto" ambao anaweza kushiriki nao upendo wake milele kama Baba.

Mbinguni kunatawalwa na Mungu na ni kukubwa kiasi kwamba kunaweza kuwatosha wote waliookolewa kwa imani. Pia, ni mahali pazuri na pa kupendeza ambapo hapawezi kulinganizwa na dunia hii. Katika ulimwengu wa mbinguni, ambao ukubwa wake haufikiriki, mahali pazuri na penye utukufu ni Yerusalemu Mpya ambako kuna Kiti cha Enzi cha Mungu. Kama vile katika mji mkuu wa Korea, Seoul kuna Blue House, na kule Washington, D.C. mji mkuu wa Marekani, kuna White House, katika nyumba hizo ndimo mnamokaa marais, katika Yerusalemu Mpya kuna Kiti cha Enzi cha Mungu.

Basi, Yerusalemu Mpya iko wapi? Iko katikati ya mbinguni, na ndipo mahali ambapo watu wa imani, waliompendeza Mungu, wataishi milele. Sehemu ya nje ya mbinguni ni Paradiso. Kama vile yule mwizi aliyekuwa upande mmoja wa Yesu msalabani, aliyempokea Yesu Kristo alivyookolewa, wale waliompokea Yesu Kristo lakini hawakutenda kazi yoyote kwa ajili ya ufalme wa Mungu, watakaa hapa.

Mtu Ataingia Mbinguni Kulingana na Kiwango cha Imani Alichopewa

Kwa nini Mungu aliandaa makao mengi mbinguni kwa ajili ya watoto wake? Mungu ni mwenye haki na atakuacha uvune kile ulichopanda (Wagalatia 6:7), na kumpa thawabu kila mtu kulingana na matendo yake (Mathayo 16:27; Ufunuo 2:23). Ndiposa aliandaa makao kulingana na kiwango cha imani ya mtu. Warumi 12:3 inasema, "Kwa maana kwa neema niliyopewa namwambia kila mtu aliyeko kwenu asinuie makuu kupita ilivyompasa kunuia; bali awe na nia ya kiasi, kama Mungu alivyomgawia kila mtu kiasi cha iman."

Kwa hiyo, sharti utambue kwamba makao na utukufu wa kila mbinguni ni tofauti kulingana na kiwango chake cha imani.

Makao yako mbinguni yataandaliwa kulingana na jinsi unavyofanana na moyo wa Mungu. Makao katika mbingu ya milele yataamuliwa kwa kutegemea na jinsi ulivyokamilisha mbinguni moyoni mwako kama mtu wa kiroho.

Kwa mfano, tuseme mtoto na mtu mzima wanashindana katika mchezo fulani au wana majadiliano. Ulimwengu wa watoto na ule wa watu wazima ni tofauti sana hivi kwamba watoto watachoshwa na kuwa na wazazi. Jinsi watoto wanavyofikiria, lugha yao, na matendo yao ni tofauti sana yale ya watu wazima. Litakuwa jambo la kupendeza wakati watoto wanapocheza na watoto wenzao, vijana kucheza na vijana wenzao, na watu wazima kucheza na watu wazima wenzao.

Ndivyo ilivyo hata kiroho. Kwa kuwa kila roho ya mtu ni tofauti, Mungu wa upendo na haki amegawa makao huko mbinguni kulingana na kiwango cha imani ili watoto wake waishi kwa furaha.

Bwana Atarudi Tena Baada ya Kuandaa Makao Mbinguni

Katika Yohana 14:3, Bwana aliahidi kwamba angerudi na kukupeleka katika ufalme wa mbinguni baada ya kumaliza kuandaa makao mbinguni. Tuseme kwa mfano kuna mtu ambaye wakati fulani alipokea neema ya Mungu na alikuwa na thawabu nyingi mbinguni kwa sababu alikuwa mwaminifu. Lakini akizirudia njia za ulimwengu, atarudi nyuma na kuishia jehanamu. Na thawabu zake nyingi za mbinguni zitakuwa bure. Hata ikiwa hataenda jehanamu, thawabu zake huenda zitakuwa bure.

Wakati mwingine akimkosea Mungu kwa kumwaibisha hata ijapokuwa wakati fulani alikuwa mwaminifu, au ikiwa atarudi nyuma hatua moja au akibaki kwenye ngazi moja katika maisha yake ya Ukristo badala ya kusonga mbele, thawabu zake zitadidimia.

Hata hivyo, Bwana atakumbuka kila kitu ulichotenda na kujaribu kwa ajili ya ufalme wa Mungu na jinsi ulivyokuwa mwaminifu. Pia, ukiutakasa moyo wako kwa kuutahiri katika Roho Mtakatifu, utakuwa na Bwana wakati atakaporudi na utabarikiwa kukaa mahali panapong'aa kama jua mbinguni. Kwa sababu Bwaba anataka watoto wake wawe wakamilifu, He alisema, "Basi mimi nikienda na kuwaandalia mahali, nitakuja tena niwakaribishe kwangu; ili nilipo mimi, nanyi muwepo." Yesu anapenda ujisafishe kama vile Bwana alivyo msafi, huku ukishikilia neno hili la matumaini.

Yesu alipokamilisha mapenzi ya Mungu kikamilifu na kumtukuza Mungu sana, Mungu alimpa Yesu utukufu na kumpa jina jipya: "Mfalme wa wafalme, Bwana wa mabwana." Katika njia hiyo hiyo, kadri unavyomtukuza Mungu katika ulimwengu huu, Mungu atakuelekeza kwenye utukufu. Kadri unavyofanana na Mungu na kadri anavyokupenda, ndivyo utakavyoishi karibu na Kiti cha Enzi cha Mungu mbinguni.

Makao ya mbinguni yanawasubiri mabwana zao, watoto wa Mungu, kama vile mabibi harusi walioandaliwa kuwapokea mabwana harusi. Ndiposa mtume Yohana aliandika katika Ufunuo 21:2, "Nami nikauona mji ule mtakatifu, Yerusalemu mpya, ukishuka kutoka mbinguni kwa Mungu, umewekwa tayari, kama bibi arusi aliyekwisha kupambwa kwa mumewe." Hata huduma nzuri zinazoweza kutolewa na bibi harusi mrembo wa ulimwengu huu haziwezi kulinganishwa na faraja na furaha ya makao ya mbinguni. Nyumba za mbinguni zina kila kitu na zinatoa kila kwa kusoma akili za mabwana zao ili waishi raha mustarehe milele.

Proverbs 17:3 notes, "Kalibu ni kwa fedha, na tanuri kwa dhahabu; Bali BWANA huijaribu mioyo." Kwa hiyo, ninaomba kwa jina la Bwana Yesu Kristo utambue kwamba Mungu husafisha watu ili awafanye watoto wake wa kweli, jitakase kwa kuwa na matumaini ya Yerusalemu Mpya, na ukaze mwendo kwa nguvu kuelekea pale pazuri zaidi mbinguni kwa kuwa mwaminifu katika nyumba yote ya Mungu.

Sura ya 5

Tutaishije Mbinguni?

1. Mtindo wa Maisha Mbinguni
2. Mavazi ya Mbinguni
3. Chakula cha Mbinguni
4. Usafiri wa Mbinguni
5. Burudani la Mbinguni
6. Kuabudu, Elimu, na Utamaduni wa Mbinguni

> *Tena kuna miili ya mbinguni,*
> *na miili ya duniani,*
> *Lakini fahari yake ile ya mbinguni ni mbali,*
> *Na fahari yake ile ya duniani ni mbali.*
> *Kuna fahari moja ya jua,*
> *na fahari nyingine ya mwezi,*
> *na fahari nyingine ya nyota;*
> *maana iko tofauti ya fahari*
> *hata kati ya nyota na nyota.*
>
> - 1 Wakorintho 15:40-41 -

Furaha ya mbinguni haiwezi kulinganishwa na kitu chochote kizuri au cha kufurahisha hapa duniani. Hata ikiwa utajifurahia na wapendwa wako kwenye ufuo wa bahari huku ukiangalia upeo wa mwisho wa macho, aina hii ya furaha ni ya muda tu na si ya kweli. Katika pembe moja ya akili yako, bado kuna wasiwasi juu ya mambo utakayokutana nayo baada ya kurudia maisha yako ya kila siku. Ukirudia aina hii ya maisha kwa mwezi mmoja au miwili, au kwa mwaka, utaanza kuchoka na kutafuta kitu kingine..

Hata hivyo, maisha ya mbinguni, ambako kila ni kizuri na safi kama bilauri, ni furaha tupu kwa sababu kila kitu ni kipya, cha ajabu, cha kufurahisha na cha bashasha muda wote. Unaweza kuwa na muda wa raha na Mungu Baba na Bwana, au unaweza kufurahia mambo unayopendelea, michezo, na mambo mengine mengi jinsi upendavyo. Hebu sasa tuangalie jinsi wana wa Mungu watakavyoishi watakapofika mbinguni.

1. Mtindo wa Maisha Mbinguni

Wakati mwili wako utakapobadilika na kuwa mwili wa kiroho, ambao una roho, nafsi na mwili mbinguni, utaweza kumtambua mkeo, mumeo, watoto, na wazazi wako wa hapa duniani. Pia utaweza kumtambua mchungaji wako au kondoo wako hapa duniani. Vilevile utaweza kukumbuka yale yaliyokuwa yamesahauliwa hapa duniani. Utakuwa na hekima sana kwa sababu utakuwa unaweza kutofautisha na kuelewa mapenzi ya Mungu.

Wengine huenda wakashangaa, na kujiuliza, 'Dhambi zangu zitafunuliwa mbinguni?' Haitakuwa hivyo. Ikiwa tayari umekwisha tubu, Mungu hatazikumbuka dhambi zako kama vile mashariki ilivyo mbali na magharibi (Zaburi 103:12), lakini atakumbuka matendo yako mazuri kwa sababu dhambi zako tayari zitakuwa zimesamehewa kufikia wakati utakapokuwa mbinguni.

Basi, utakapokwenda mbinguni, utabadilikaje na utaishije?

Mwili wa Mbinguni

Wanadamu na wanyama hapa duniani wana maumbo yao hivi kwamba kila kiumbe kinaweza kutambulika iwe ni ndovu, simba, au mwanadamu. Kama vile kulivyo na mwili wenye umbo lake la kipekee katika ulimwengu huu wenye sehemu tatu, pia kuna mwili wa kipekee mbinguni, ambao ni ulimwengu wenye sehemu nne. Huu unaitwa mwili wa mbinguni. Huko mbinguni tutaweza kutambuana na miili hiyo. Sasa, mwili wa mbinguni utakuwa namna gani?

Bwana atakaporudi hewani, kila mmoja wenu atavaa mwili uliofufuliwa ambo ni wa kiroho. Baada ya Hukumu Kuu, mwili huu uliofufuliwa utabadilika na kuwa mwili wa mbinguni, ambao uko katika kiwango cha juu zaidi. Kulingana na thawabu za kila mtu, mwangaza wa utukufu unaong'aa kutoka kwenye mwili huu wa mbinguni utakuwa tofauti.

Mwili wa mbinguni una mifupa na nyama kama mwili wa Yesu mara tu baada ya kufufuka kwake (Yohana 20:27), lakini ni ule mwili upya ndio ambao una roho, nafsi na mwili usioharibika. Miili yetu inayoharibika itabadilika na kuwa miili mipya kwa neno na nguvu za Mungu.

Mwili wa mbinguni ulio na mifupa na nyama isiyoharibika milele, utang'aa kwa sababu utakuwa umefanywa upya na ni safi. Hata ikiwa mtu hana mkono au mguu, au ni mlemavu, mwili wa mbinguni utarudishwa katika hali yake ya ukamilifu.

Mwili wa mbinguni haufifii kama kivuli lakini una umbo lililo wazi, na haudhibitiwi na wakati wala nafasi. Ndiposa Yesu alipowatokea wanafunzi wake baada ya kufufuka, aliweza kupenyeza kwenye kuta bila shida (Yohana 20:26). Mwili wa dunia hii utakuwa na makunyanzi na kutokuwa laini utapozeeka, lakini mwili wa mbinguni utafanywa upya na usioharibika ili uweze kuonekana kijana na kung'aa kama jua.

Umri wa miaka Thelathini na Mitatu

Watu wengi hushangaa ikiwa mwili wa mbinguni ni mkubwa kama ule wa mtu mzima au mdogo kama ule wa mtoto. Huko mbinguni, kila mtu, bila kujali ikiwa mtu alikufa kijana au alikufa akiwa mzee, atakuwa na umri wa miaka thelathini na tatu milele, huo ndio umri wa Yesu wakati alipokuwa anasulubishwa hapa duniani.

Kwa nini Mungu atakuruhusu kuishi ukiwa na umri wa miaka thelathini na tatu milele mbinguni? Kama vile jua linavyong'aa zaidi wakati wa saa sita, umri wa miaka thelathini na tatu ndiyo kilele cha maisha.

Wale waliochini ya miaka thelathini wanaweza kuwa hawana ujuzi sana na hawajakomaa, na wale walio zaidi ya miaka arubaini wanaweza kupoteza nguvu zao kadri wanavyozeeka. Hata hivyo, watu wanapofikisha umri wa miaka thelathini na mitatu, huwa wamekomaa na wanapendeza katika kila hali. Pia, wengi wao huoa au kuolewa, huzaa na kulea watoto ili waweze kuelewa, kwa kiasi fulani, moyo wa Mungu anayeimarisha wanadamu hapa duniani.

Katika njia hii, Mungu anakubadilisha kwa kukupa mwili wa mbinguni ili uweze kuendelea kuwa kijana wa miaka thelathini na tatu milele mbinguni, ambao ndio umri mzuri zaidi wa wanadamu.

Hakuna Uhusiano Wa Kibiolojia

Ukiishi mbinguni milele na mwonekano wa kimwili uliokuwa nao hapa ulimwenguni, si litakuwa jambo la kuchekesha sana? Tuseme kwa mfano mtu aliaga dunia akiwa na miaka arubaini na akaenda mbinguni. Mtoto wake awe alienda mbinguni akiwa na miaka hamsini, na mjukuu wake awe aliaga dunia akiwa na miaka tisini na akaenda mbinguni. Je, watakapokutana pamoja, yule mjukuu ndiye ambaye angekuwa mzee zaidi ya wote, na yule babu angekuwa ndiye mtoto zaidi ya wote.

Kwa hiyo, huko mbinguni ambapo Mungu anatawala na haki yake na upendo, kila mtu atakuwa na umri wa miaka thelathini na tatu, na uhusiano wa kibiolojia hapa duniani hautakuwepo tena.

Hakuna atakayemwita mwingine 'baba', 'mama', au 'mwanangu', mbinguni hata ijapokuwa hapa duniani walikuwa wazazi na watoto. Hii ni kwa sababu kama watoto wa Mungu, kila mtu atamwita mwingine ndugu yake. Kwa kuwa wanajua walikuwa na wazazi na watoto hapa duniani na walipendana sana, watapendana kwa njia ya kipekee.

Je, itakuwaje endapo mama ataenda katika Ufalme wa Pili wa mbinguni na mwanawe aende Yerusalemu Mpya? Hapa duniani bila shaka mwana sharti amhudumie mama yake. Hata hivyo, huko mbinguni, mama atamwinamia mwanawe kwa sababu anafanana na Mungu Baba zaidi na mwangaza unaotoka kwenye mwili wake wa mbinguni utakuwa mkali zaidi kuliko wake.

Kwa hiyo, usiwaite wengine kwa majina yao na vyeo vyao vya hapa duniani, lakini Mungu Baba atawapa majina mapya yawafaayo na yaliyo na maana ya kiroho. Hata hapa duniani, Mungu alilibadilisha jina Abramu kuwa Abrahamu, Sarai kuwa Sera, na Yakobo kuwa Israeli, ambalo maana yake ni kwamba alishindana na Mungu na akashinda.

Tofauti Kati ya Wanaume na Wanawake Mbinguni

Huko mbinguni watu hawataoana, lakini bado kutakuwa na tofauti ya wazi kati ya wanaume na wanawake. Kwanza kabisa, wanaume watakuwa na kimo cha futi sita hadi futi sita na inchi mbili na wanawake watakuwa na kimo cha chini kushinda wanaume na inchi nne.

Watu wengine wana wasiwasi kwa kuwa ni wafupi sana au ni warefu sana, lakini hakuna haja ya kuwa na wasi wasi kama huo mbinguni. Pia, hakuna haja ya kuwa na wasiwasi juu ya uzito kwa sababu kila mtu atakuwa na uzito na umbo la kupendeza sana.

Mwili wa mbinguni hauna uzito wowote hata ijapokuwa unaonekana kuwa na uzito, hivi kwamba hata mtu akitembea juu ya maua, hayatabonyea au kukunjana. Mwili wa mbinguni hauwezi kupimwa kwa mizani, lakini si kitu kinachoweza kupeperushwa na upepo kwa sababu uko thabiti. Kuwa na uzito ambao huwezi kuuhisi kunamaanisha uzito huo una umbo na mwonekano. Ni kama vile unapoinua karatasi, huwezi kuhisi uzito wowote lakini unajua kwamba bado karatsi hiyo ina uzito.

Nywele zina rangi kidogo na zina mawimbi kiasi. Nywele za wanaume zinafika hadi shingoni, lakini nywele za wanawake ni tofauti miongoni mwao. Mwanamke kuwa na nywele ndefu kunamaanisha kwamba amepokea thawabu kubwa, na nywele ndefu zaidi zimefika hadi kiunoni. Kwa hiyo, ni utukufu wa ajabu na fahari kwa wanawake kuwa na nywele ndefu (1 Wakorintho 11:15).

Hapa duniani, wanawake wengi huwa na matumaini ya kuwa na ngozi nyeupe na laini na hujaribu wawe hivyo. Hutumia vipodozi kuweka ngozi zao zikiwa laini na zilizoshikamana bila makunyanzi. Huko mbinguni, kila mtu atakuwa na ngozi isiyokuwa na doa na nyeupe, safi, na iliyotakata na kung'aa mwangaza wa utukufu.

Isitoshe, kwa sababu hakuna uovu mbinguni, hakuna haja ya kujipaka poda au kuwa na wasiwasi juu ya mwonekano wako wa nje, kwa sababu kila kitu chapendeza huko. Mwangaza wa utukufu unaotoka kwenye mwilii wa mbinguni utang'aa mwangaza mweupe, safi, na mkali kulingana na kiwango cha jinsi mtu alivyotakaswa na kufanana na moyo wa Mungu. Pia, mpangilio unaamuliwa na kutunzwa na jambo hili.

Moyo wa Watu wa Mbinguni

Watu wenye miili ya mbinguni wana moyo wa roho yenyewe, ambayo ndiyo asili ya uungu na haina uovu kamwe. Kama vile watu wanavyopenda kupata na kugusa vitu vizuri na vya kupendeza hapa duniani, hata moyo wa watu wenye mwili wa mbinguni hupenda kuhisi uzuri wa wengine, kuwatazama na kuwagusa kwa furaha. Hata, hivyo hakuna ulafi au wivu wowote kamwe.

Pia, watu wengine hubadilika kulingana na faida yao wenyewe hapa duniani, na huchoshwa na vitu, hata viwe ni vitu vizuri na vya kupendeza. Moyo wa watu wenye mwili wa kiroho hauna uwongo na haubadiliki.

Kwa mfano, watu wa ulimwengu huu, wakiwa ni maskini, hawawezi kula hata chakula rahisi na cha chini na kukifurahia. Wakitajirika kidogo, hawaridhiki na kilichokuwa awali ni kitamu mbeleni na kuendelea kutafuta chakula bora. Ukiwanunulia kikaragosi watoto, mwanzoni watafurahi, lakini baada ya siku chache wataanza kukichukia na kutafuta kipya. Hata hivyo, huko mbinguni, hakuna mtazamo kama huo, ukipenda kitu mara moja, utakipenda milele.

2. Nguo za Mbinguni

Wengine huenda wakafikiria kwamba nguo za mbinguni zitafanana, lakini siyo hivyo. Mungu ndiye Muumba, na Hakimu wa Haki anayemlipa kila mtu kulingana na matendo yako. Kwa vizho, kama vile thawabu mbinguni ni tofauti, nguo za mbinguni pia zitakuwa tofauti kulingana na matendo aliyotenda duniani (Ufunuo 22:12). Basi, utavaa nguo za aina gani na utazipamba vipi huko mbinguni?

Nguo za Mbinguni Zina Rangi na Mtindo Tofauti

Huko mbinguni, kila mmoja atavaa nguo za kung'aa, nyeupe na zinazometameta. Ni laini kama hariri na nyepesi kana kwamba hazina uzito, na zinapepea vizuri.

Kwa kuwa kiwango cha utakaso wa kila mtu ni tofauti, taa zinazotoka kwenye nguo na mng'ao wake ni tofauti. Kadri mtu anavyofanana na moyo mtakatifu wa Mungu, ndivyo nguo zake zitakavyong'aa sana na kumetameta.

Pia, watu watapewa aina mbalimbali za nguo zenye mitindo mbalimbali na vitambaa mbalimbalim, kwa kutegemea kiwango cha kazi uliyofanya kwa ajili ya ufalme wa Mungu na jinsi ulivyompa utukufu.

Katika dunia hii, watu huvaa aina tofauti za nguo kulingana na hadhi yao ya kiuchumi na kijamii. Vivyo hivyo, utavaa nguo zenye rangi nyingi zaidi na mitingo mbalimbali kadri

105

unavyopanda cheo mbinguni. Pia, mitindo ya nywele na vifaa vyale vitakuwa tofauti.

Isitoshe, hapo zamani watu walikuwa wakitambua hadhi ya mtu katika jamii kwa kuangalia rangi ya nguo aliyovalia. Katika njia hiyo hiyo, watu wa mbinguni wanaweza kutambua cheo na idadi ya thawabu atakazopewa kila mtu mbinguni. Kuvaa nguo zenye rangi na mtindo maalum tofauti na wengine kunamaanisha kwamba amepata utukufu mkuu zaidi..

Kwa hiyo, wale ambo wameingia Yerusalemu Mpya au kuchangia sana kwa ajili ya ufalme wa Mungu watapokea nguo nzuri zenye rangi, na zinazometameta.

Kwa upande mwingine, ikiwa hujafanya mengi sana kwa ajili ya ufalme wa Mungu, utapokea nguo chache tu mbinguni. Kwa upande mwingine, ikiwa umefanya kazi sana kwa imani na upendo, utapokea nguo nyingi za rangi nyingi na mitindo.

Nguo za Mbinguni Zenye Mapambo Tofauti

Mungu atawapa watu nguo zenye mapambo tofauti ili kuonyesha utukufu ulio na kila mtu. Kama vile familia ya kifalme zamani ilivyoonyesha vyeo vyao kwa kuweka mapambo maalumu kwenye nguo zao, nguo za mbinguni zenye mapambo tofauti zitaonyesha cheo na utukufu wa mtu mbinguni.

Kuna mapambo ya shukrani, sifa, maombi, furaha, utukufu, na mengineyo ambayo yanaweza kushonwa kwenye nguo mbinguni. Ukiimba sifa katika miasha haya na moyo wa shukrani kwa ajili ya upendo na neema ya Mungu Baba na Bwana, au unapoimba ili kumtukuza Mungu, basi anaupokea moyo wako kama harufu nzuri na anaweka mapambo ya sifa kwenye nguo zako mbinguni.

Mapambo ya furaha na shukrani yatapambwa wale ambao

wamekuwa na furaha ya kweli na shukrani mioyoni mwao kwa kukumbuka neema ya Mungu Baba aliyetoa uzima wa milele na ufalme wa mbinguni hata wakati wa huzuni na majaribu hapa duniani.

Mapambo yanayofuata ni mapambo ya maombi ambayo yatapambwa wale walioomba kwa maisha yao kwa ajili ya ufalme wa Mungu. Hata hivyo, miongoni mwa haya yote, mapambo mazuri zaidi ni mapambo ya utukufu. Pambo hili ndilo gumu sana kulipata. Pambo hili hupewa wale tu waliotenda kila kitu kutoka mioyoni mwao kwa ajili ya utukufu wa Mungu. Kama vile mfalme au rais anavyomtuza askari aliyefanya kazi vizuri kwa medali maalumu au medali ya heshima, pambo hili la utukufu haswa litapewa wale waliofanya kazi sana na kwa bidii kwa ajili ya ufalme wa Mungu na wakampa Mungu utukufu mkuu. Kwa hiyo, yule anayevalia zile nguo zenye mapambo ya utukufu ndiye mwenye hadhi kubwa zaidi ya wote katika ufalme wa mbinguni.

Thawabu za Taji na Vito

Kuna vito visivyohesabika mbinguni. Na vito vingine vitatolewa kwa watu kama thawabu na vinashonwa nguoni. Katika kitabu cha Ufunuo utaona kwamba Bwana amevaa taji ya dhahabu na mshipi kiunoni, na hizi pia ni thawabu alizopewa na Mungu.

Biblia inataja aina nyingi za taji. Kigezo cha kupokea taji kulingana na thamani ya taji ni tofauti kwa sababu zinatolewa kama thawabu.

Kuna aina nyingi za taji zinazotolewa kulingana na matendo ya kila mtu kama vile taji isiyoharibika inayopewa watu wanashindana kwenye michezo (1 Wakorintho 9:25), taji ya utukufu inayopewa wale waliompa Mungu utukufu (1 Petro

5:4), taji ya uzima inayopewa wale waliokuwa waaminifu hadi kufa (Yakobo 1:12; Ufunuo 2:10), taji ya dhahabu iliyovaliwa na wale wazee 24 kuzunguka Kiti cha Enzi cha Mungu (Ufunuo 4:4, 14:14), na taji ya haki iliyotamaniwa na mtume Paulo(2 Timotheo 4:8).

Pia, kuna taji zenye maumbo mengi na yaliyopambwa na vito kama vile taji iliyopambwa kwa dhahabu, taji ya maua, taji ya lulu, na kadhalika. Unaweza kuutambua utakatifu na thawabu za mtu kupitia kwa taji atakayopokea.

Katika ulimwengu huu kila mtu anaweza kununua vito ikiwa ana pesa, lakini mbinguni unaweza kupata vito tu ikiwa utavipokea kama thawabu. Zawadi utakazopewa zitategemea vipengele vifuatavyo, idadi ya watu uliowaleta kwa Yesu, idadi ya sadaka ulizotoa kwa moyo wa kweli, na kiwango cha uaminifu wako. Kwa hiyo, vito na taji lazima viwe tofauti kwa sababu vinatolewa kulingana na matendo ya mtu. Pia, mwangaza, uzuri, fahari na idadi ya vito na taji ni tofauti vile vile.

Ndivyo ilivyo na makao na nyumba za mbinguni. Makao ya mbinguni ni tofauti kulingana na kiwango cha imani cha mtu; ukubwa, uzuri, na mng'ao wa dhahabu na vito vingine vya nyumba za kibinafsi ni tofauti vyote. Vitu hivi vinavyohusu makao ya mbinguni vitajadiliwa kwa kina kuanzia sura ya 6 kuendelea.

3. Chakula cha Mbinguni

Wanadamu wa kwanza Adamu na Hawa walipoishi katika Bustani ya Edeni, walikula matunda na mimea inayotoa mbegu peke yake (Mwanzo 1:29). Hata hivyo, Adamu alipofukuzwa kutoka Bustani ya Edeni kwa sababu ya uasi wake, walianza kula mimea ya kondeni. Baada ya ile gharika kubwa, watu waliruhusiwa kula nyama. Katika njia hii, kadri wanadamu walivyozidi kuwa waovu, aina ya chakula walichokula pia kimebadilika pia.

Basi, utakula nini huko mbinguni, ambako hakuna uovu kamwe? Wengine huenda wakashangaa ikiwa mwili wa mbinguni utakuwa unakula chakula. Huko mbinguni, unaweza kunywa Maji ya Uzima, na kula au kunusa matunda ya aina nyingi ili ufurahi.

Kupumua Kwa Miili ya Mbinguni

Kama vile wanadamu wanavyopumua duniani, miili ya mbinguni itapumua mbinguni. Ndiyo, mwili wa mbinguni hauna haja ya kupumua kamwe, lakini unaweza kupumzika wakati unapumua, kama vile unavyopumua hapa duniani. Kwa hiyo mwili wa mbinguni unaweza kupumua na pua na mdomo wake, lakini pua kwa macho yake au na chembe chembe zote za mwili, au hata kwa moyo.

Mungu anapumua harufu ya mioyo yetu kwa sababu yeye ni Roho. Alipendezwa na sadaka za wenye haki na akanusa harufu nzuri kutoka mioyoni mwao Nyakati za Agano la Kalees (Genesis 8:21). Katika Agano Jipya, Yesu, ambaye alikuwa msafi na asiye mawaa, alijitoa mwenyewe kwa ajili yetu, akiwa sadaka na dhabihu kwa Mungu kama manukato (Waefeso 5:2).

Kwa hiyo, Mungu anapokea harufu nzuri ya moyo wako unapoabudu, unapoomba au kuimba sifa kwa moyo wa kweli. Kadri unavyofanana nwa Bwana na kuwa mwenye haki, ndivyo unavyoweza kueneza manukato ya Kristo, na matokeo yake unapokewa kama sadaka ya thamani kwa Mungu. Mungu hupokea sifa na maombi yako kwa furaha kupitia kwa kupumua.

Katika Mathayo 26:29, utaona kwamba Bwana anakuombea

tangu alipopaa mbinguni, bila kula chochote kwa milenia mbili zilizopita. Vivyo hivyo, huko mbinguni, miili ya mbinguni inaweza kuishi bila kula au kupumua. Wewe mwenyewe utaishi milele utakapokwenda mbinguni kwa sababu utabadilika na kuwa na mwili wa kiroho usiobadilika.

Hata hivyo mwili wa mbinguni utakapopumua, unaweza kuhisi furaha na bashasha zaidi, na roho inatiwa nguvu na kufanywa upya. Kama vile watu wanavyokuwa lishe bora ili kuwa na afya njema, mwili wa mbinguni hufurahia kupumua harufu nzuri mbinguni.

Kwa hiyo wakati maua ya kila aina na matunda yanapotoa harufu zao nzuri, mwili wa mbinguni hupumua katika hiyo harufu nzuri. Hata ikiwa maua yanatoa harufu ya kufanana, itakuwa ya kufurahisha na kutosheleza.

Zaidi ya hivyo, mwili wa mbinguni unapopokea harufu nzuri ya maua na matunda, harufu hiyo itapenyeza mwilini kama marashi. Mwili utatoa harufu nzuri hadi ipotee kabisa. Kama unavyohisi vizuri wakati unapojipaka manukato hapa duniani, mwili wa mbinguni utahisi furaha zaidi kunusa kwa sababu ya hiyo harufu nzuri.

Kutoa Nje Kupitia Pumzi

Sasa, watu wanakula na kuendelea na maisha yao vipi mbinguni? Katika Biblia utaona kwamba Bwana aliwatokea wanafunzi wake baada ya kufufuka na huenda alipumua (Yohana 20:22) au alikula chakula (Yohana 21:12-15). Sababu ya Bwana aliyefufuka kula chakula si kwa kuwa alikuwa na njaa, lakini alitaka kushiriki furaha na wanafunzi na kukufanya ujue kwamba hata wewe utakula huko mbinguni utakapokuwa na mwili wa mbinguni. Ndiposa Biblia inasema kwamba Kristo Yesu alikula mkate na samaki kama kifungua kinywa baada ya kufufuka kwake.

Basi, kwa nini Biblia inakuambia kwamba Bwana alipumua hata baada ya kufufuka? Utakapokula chakula mbinguni, kitayeyuka mara moja na kutoka kupitia pumzi. Huko mbinguni, chakula kinasagwa mara moja na kinautoka mwili kupita kupumua. Kwa hiyo hakuna haja ya kwenda haja kubwa au kuhitaji vyoo huko. Ni jambo la kupendeza na la ajabu jinsi gani kwamba chakula kitakacholiwa kitautoka mwili kupitia pumzi kama harufu tamu na kisha kuyeyuka!

4. Usafiri wa Mbinguni

Katika historia yote ya mwanadamu, kadri ustaarabu na sayansi ilivyoendelea, njia za usafiri za haraka na za kupendeza kama vile mikokoteni, gari moshi, magari, meli, ndege, na nyinginezo zimevumbuliwa.

Vilevile kuna aina nyingi za usafiri mbinguni. Kuna njia za usafiri wa umma kama gari moshi ya mbinguni na njia za usafiri wa kibinafsi kama vile magari ya mawingu na mabogi ya dhahabu.

Huko mbinguni, mwili wa mbinguni unaweza kwenda mbio sana au hata kupaa kwa sababu mwili huo umepita nafasi na wakati, lakini ni jambo la kufurahisha zaidi na kupendeza ukitumia usafiri utakaopewa kama thawabu.

Kusafiri na Usafiri Mbinguni

Itakuwa furaha na bashasha ya aina gani ikiwa utaweza kusafiri na kuona mbinguni kote na kuona mambo mazuri na ya ajabu aliyoumba Mungu!

MBINGUNI I

Kila pembe ya mbinguni ina uzuri wa kipekee, na kwa hiyo unaweza kufurahia kila kitu chake. Hata hivyo, kwa sababu moyo wa mwili wa mbinguni haubadiliki, hauwezi kuchoka au kutopenda kuzuru sehemu moja tena na tena. Kwa hiyo kusafiri mbinguni wakati wote ni jambo la kufurahisha na la kusisimua.

Mwili wa mbinguni hauhitaji kutumia aina yoyote ya usafiri kwa sababu hauchoki na unaweza hata kupaa. Hata hivyo, matumizi ya magari mbalimbali hufanya kupendeze zaidi. Ni kama kuabiri basi, kunapendeza kuliko kutembea kwa miguu, na kupanda teksi au kuendesha motokaa kunapendeza kushinda kusafiri kwa basi au kutumia gari moshi hapa duniani.

Kwa hiyo ukipanda gari moshi ambalo limepambwa kwa vito vya rangi nyingi mbinguni, unaweza kufika kule unakokwenda hata bila kutumia reli na inaweza kwenda kulia na kushoto bila shida, au hata kwenda juu na chini.

Watu wa Paradiso watakapokwenda Yerusalemu Mpya, watasafiri kwa gari moshi ya mbinguni kwa sababu sehemu hizo mbili ziko mbali sana, hazijakaribiana. Hili ni jambo litakalowasisimua sana wasafiri. Wakipaa kupitia taa zenye mwangaza mkali, wanaweza kuona mandhari mazuri ya mbinguni kupitia madirishani. Watafurahi zaidi watakapofikiri jinsi watakavyomuona Mungu Baba.

Miongoni mwa usafiri wa mbinguni, kuna bogi la dhahabu ambalo mtu maalum katika Yerusalemu Mpya atatumia wakati atakapokuwa akizunguka mbinguni. Bogi hilo lina mabawa, na ndani kuna kitufe. Kwa kutumia kitufe hicho, bogi litakwenda lenyewe, na linaweza kwenda mbio au hata kupaa kama msafiri apendavyo.

Magari ya Mawingu

Mawingu ya mbinguni ni kama mapambo yanayoongezea uzuri wa mbinguni. Kwa hiyo mwili wa mbinguni huzuru sehemu mbalimbali kutumia mawingu, mwili unang'aa zaidi kuliko kwenda bila mawingu. Pia inaweza kuwafanya wengine wakahisi na kuucha utukufu, hadhi, na mamlaka ya mwili wa kiroho uliofunikwa na mawingu.

Biblia inasema kwamba Bwana anakuja na mawingu (1 Wathesalonike 4:16-17), na hii ni kwa sababu kuja na mawingu ya utukufu kuna fahari na heshima, na kuzuri kuliko kurudi hewani bila chochote. Katika njia hiyo hiyo mawingu ya mbinguni yapo ili kuwaongezea utukufu wana wa Mungu.

Ikiwa umefaulu kuingia Yerusalemu Mpya, unaweza kupokea gari la ajabu la wingu. Hilo si wingu linalosababishwa na mvuke kama ilivyo duniani, lakini limetengenezwa kwa wingu la utukufu mbinguni.

Gari la wingu linaonyesha utukufu, hadhi, na mamlaka ya mwenyewe. Hata hivyo, si kila mtu anaweza kupokea gari la wingu kwa sababu lilapewa watu wale waliofaulu kuingia Yerusalemu Mpya kwa kutakaswa kabisa na kuwa waaminifu katika nyumba yote ya Mungu.

Wale watakaoingia Yerusalemu Mpya wanaweza kwenda popote na Bwana huku wakisafiri kwenye gari hili la wingu. Wakati wa usafiri, jeshi la mbinguni na malaika huwasindikiza na kuwahudumia. Ni kama vile mawaziri wengu wanavyomhudumia mfalme au mtoto wa kiume wa mfalme anapokuwa barabarani. Kwa hiyo, kusindikizwa na huduma ya jeshi na malaika huonyesha mamlaka na utukufu wa mwenyewe.

Magari ya mawingu kwa kawaida huendeshwa na malaika. Kuna magari ya kiti kimoja kwa matumizi ya kibinafsi, au magari ya viti vingi ambayo watu wengi wanaweza kuabiri pamoja. Mtu katika Yerusalemu Mpya anaweza kucheza golfu na kutembea hapa na pale uwanjani, gari la wingu huja na kusimama miguuni mwa bwana wake. Mtu atakapolipata, gari hilo linaenda pale ulipo mpira wa golfu kwa haraka na kwa njia laini.

Hebu chukulia unapaa angani, ukitumia gari la wingu huku ukisindikizwa na jeshi na malaika katika Yerusalemu Mpya. Pia, fikiria unasafiri kwa gari la wingu na Bwana, au unasafiri sehemu zote za mbinguni kwa kutumia gari moshi ya mbinguni pamoja na wapendwa wako. Bila shaka ungefurahi sana.

5. Burudani La Mbinguni

Wengine huenda wakafikiria kwamba hakuna cha kufurahia wakati unapoishi ukiwa na mwili wa mbinguni, lakini si hivyo. Hapa duniani unachoka au huwezi kutosheka kikamilfu kwa furaha ya ulimwengu huu, lakini katika ulimwengu wa kiroho, "furaha au burudani" wakati wote ni jipya na la kuburudisha.

Kwa hiyo hata katika ulimwengu huu, kadri unavyokamilisha roho yote, ndivyo utakavyoupokea upendo kwa kina na kufurahi zaidi. Huko mbinguni, unaweza kufurahia si tu yale mambo unayopenda lakini pia utafurahia kila aina ya burudani, na burudani hiyo inafurahisha kushinda aina zote za burudani hapa duniani.

Kufurahia Uraibu na Michezo

Kama vile watu hapa duniani wanavyostawisha talanta zao na kuyafanya maisha yao kuwa ya utele kupitia kwa uraibu wao, unaweza kufurahia uraibu wako mbinguni vilevile. Unaweza kufurahia si tu yale mambo uliyopenda hapa duniani, lakini pia utafurahia yale mambo uliyojinyima ili ufanye kazi ya Mungu. Pia unaweza kujifundisha mambo mapya.

Wale wanapendelea ala za mziki wanaweza kumsifu Mungu kwa kucheza kinubi. Au unaweza kujifunza kupiga piano, filimbi, na ala nyingine za mziki, na unaweza kujifunza ala hizo kwa haraka kwa sababu kila mtu atakuwa mwerevu zaidi mbinguni.

Pia unaweza kuwa na mazungumzo na maumbile na wanyama wa mbinguni kuongeza furaha yako. Hata mimea na wanyama watawatambua wana wa Mungu, watawakaribisha, na kuonyesha upendo wao na kuwaheshimu.

Isitoshe, unaweza kufurahia michezo mingi kama vile tenisi, basketiboli, golfu, kuvingirisha tufe, na michezo ya kuteleza, lakini michezo mingine kama mieleka au masumbwi inayoweza kuwadhuru wengine haitakuweko. Vifaa na nyenzo za michezo si hatari kamwe. Vimetengenezwa kwa mali ghafi za ajabu na kupambwa kwa dhahabu na vito ili kuleta furaha zaidi na starehe wakati wa kufurahia mchezo huo.

Pia, vifaa vya michezo vitatambua mioyo ya watu na kuwapa starehe zaidi. Kwa mfano, ikiwa unafurahia mchezo wa kuvingirisha tufe, mpira au zile pini zitabadilika rangi, na kujipanga kwenye nafasi yake kama upendavyo. Pini zitaanguka zikiwa na taa nzuri na sauti ya shangwe. Ikiwa unataka kushindwa na yule mnaye cheza naye, zile pini zitasongea kulingana na matamanio yako ili ufurahi zaidi.

Huko mbinguni, hakuna uovu unaopenda kumpata au kumshinda mtu. Kuwastarehesha wengine na kuwafaidisha ndiyo njia ya kushinda mchezo. Huenda wengine wakauliza maana ya mchezo usiokuwa na mshindi au mshinde, lakini mbinguni hutastarehe kwa kumshinda mtu mwingine. Kule kucheza mchezo kwenyewe ni starehe tayari.

Bila shaka, kuna michezo ambayo inaweza kukupa starehe

115

kupitia kwa mashindano mazuri na yasiyo na maonevu. Kwa mfano kuna mchezo unaoweza kushinda kulingana na kiwango cha manukato unayovuta ndani kutoka kwenye maua, jinsi unavyochangamana nao kwa njia nzuri na kutoa harufu nzuri, na kadhalika.

Aina Mbalimbali za Burudani

Baadhi ya wale wanaopenda michezo huuliza ikiwa kuna kitu kama njia kuu huko mbinguni. Bila shaka kuna michezo mingi ambayo inafurahisha kushinda michezo ya duniani. Michezo ya mbinguni, tofauti na ya duniani, haichoshi au kuharibu macho yako. Haiwezi kukusinya. Badala yake, itakufanya uhisi umepata nguvu mpya na kuwa na amani baada ya kuicheza. Utakaposhinda au kupata matokeo mazuri, utahisi kuwa unastarehe na hupotezi hamu.

Watu walio mbinguni wana miili ya mbinguni, kwa hiyo hawana hofu ya kuanguka kutoka kwenye bebembea za bustani za furaha. Watahisi furaha na starehe pekee. Kwa hiyo wale waliokuwa wakiogopa mambo fulani duniani, watayafurahia mambo hayo mbinguni kadri wapendavyo.

Hata ukianguka kutoka kwenye bembea, hutaunia kwa sababu una mwili wa mbinguni. Unaweza kutua vizuri kama mchezaji mahiri wa karate, au malaika watakulinda. Kwa hiyo fikiria unatumia bembea, huku ukipiga kelele na Bwana, na wote uwapendao. Itakuwa furaha ya namna gani!

6. Kuabudu, Elimu, na Utamaduni wa Mbinguni

Hakuna haja ya kufanya kazi ili kupata chakula, nguo, au

nyumba mbinguni. Kwa hiyo wengine huenda wakashangaa na kusema, "Tutafanya nini milele? Je, si tutajikalia tu?" Hata hivyo, hakuna haja ya kuwa na wasiwasi kamwe.

Huko mbinguni, kuna mambo mengi unayoweza kuyafurahia. Kuna aina nyingi ya shughuli zinazopendeza na kusisimua na matukio kama vile michezo, elimu, ibada za kuabudu, karamu, kusafiri na michezo.

Hulazimishwi au huhitajiwi kuhusika katika shughuli hizi. Kila mtu anafanya kila kitu kwa hiari yake, na anafanya hivyo kwa furaha kwa sababu kila unachofanya kinampa furaha nyingi sana.

Kuabudu Kwa Furaha Mbele za Mungu Muumba

Kama vile unavyohudhuria ibada na kumwabudu Mungu wakati maalum hapa duniani, huko mbinguni pia utamwabudu Mungu nyakati fulani. Bila shaka, Mungu atahubiri ujumbe na kupitia kwa ujumbe wake, utaweza kujifunza juu ya asili ya Mungu na upeo wa kiroho ambao hauna mwanzo wala mwisho.

Kwa kawaida, wale wanaofaulu katika masomo yao husubiri kwa hamu wakati wa darasa ufike na kumwona mwalimu wao. Hata katika maisha ya imani, wale wanaompenda Mungu na kumwabudu katika roho na kweli husubiri kwa hamu ibada mbalimbali na kusikiza sauti ya mchungaji anayehubiri neno la uzima.

Utakapoenda mbinguni, utakuwa na furaha na bashasha katika kumwabudu Mungu na kusubiri kwa hamu kulisikia neno la Mungu. Utaweza kusikiza neno la Mungu kupitia ibada, kuwa na wakati wa kuongea na Mungu, au kusikiza neno la Bwana. Pia, kuna nyakati za maombi. Huko wakati unapokuwa unaomba hupigi magoti au kufunga macho yako kama unavyofanya hapa duniani. Ni wakati wa kupiga gumzo na Mungu. Maombi ya mbinguni ni mazungumzo na Mungu Baba, Bwana, na Roho Mtakatifu. Mambo hayo yatakufurahisha sana!

Utaweza kumwabudu Mungu kama unavyofanya hapa duniani. Hata hivyo, si kwa kutumia lugha yoyote hapa duniani, lakini utamwabudu Mungu kwa nyimbo mpya. Wale waliopitia majaribu pamoja au washirika wa kanisa moja hapa duniani watakusanyika pamoja na mchungaji wao kumwabudu Mungu na kuwa na ushirika.

Sasa, watu wanaabudu pamoja kwa njia gani huko mbinguni, haswa kwa kuwa makao yao yako kwenye sehemu mbalimbali mbinguni? Huko mbinguni, taa za miili ya kiroho ni tofauti katika kila makao, kwa hiyo wataomba nguo zifaazo ili wazuru sehemu nyinginezo za juu. Kwa hiyo, ili waweze kuhudhuria ibada katika Yerusalemu Mpya, ambayo imejaa mwangaza wa utukufu, watu wote walio sehemu nyingine sharti waombe nguo zifaazo.

Kama vile unavyoweza kuhudhuria na kutazama ibada ile ile kupitia setilaiti duniani kote kwa wakati mmoja, vivyo hivyo utaweza kufanya hivyo mbinguni. Utaweza kuhudhuria na kutazama ibada za Yerusalemu Mpya kutoka sehemu zote mbinguni, lakini kioo cha mbinguni ni cha asilia hivi kwamba utahisi kana kwamba unahudhuria ibada wewe mwenyewe binafsi.

Pia unaweza kuwaalika mababu zetu wa imani kama vile Musa na mtume Paulo na mkaabudu pamoja. Hata hivyo, sharti uwe na mamlaka yafaayo ya kiroho ili uwaalike hao watu wenye hadhi kubwa.

Kujifunza Juu ya Siri Mpya za Kina za Kiroho

Watoto wa Mungu hujifunza mambo mengi ya kiroho wakati wanaimarishwa hapa duniani, lakini kile wanachojifunza hapa ni hatua tu ya kuchukua ili kwenda mbinguni. Baada ya kuingia mbinguni, wataanza kujifunza juu ya ulimwengu mpya.

Kwa mfano, waamini wa Yesu Kristo wanapoaga dunia, watakaa kwenye ile sehemu iliyo pembeni mwa Paradiso na kuanza kujifunza sheria na kanuni za mbinguni kutoka kwa malaika. Wale wanaoenda Yerusalemu Mpya haitakuwa hivyo kwao.

Kama vile watu hapa duniani sharti wapate elimu ili wachangamane vizuri katika jamii kadri wanavyokua, vivyo hivyo ili uweze kuishi katika ulimwengu mpya wa upeo wa kiroho, sharti ufundishwe kwa kina jinsi ya kuenenda.

Wengine huenda wakashangaa kwamba itawabidi wasome mbinguni hukui wakiwa tayari wanajifunza mambo mengi hapa duniani. Kujifunza hapa duniani ni mchakato wa mafundisho ya kiroho, na kusoma haswa kutaanza tu wakati utakapoingia mbinguni.

Vivyo hivyo, hakuna mwisho wa kujifunza kwa sababu ufalme wa Mungu hauna mwisho na utadumu milele. Haijalishi utajifunza jinsi gani, huwezi kujifunza kila kitu kumhusu Mungu ambaye amekuweko kabla mwanzo kuweko. Huwezi kujua kabisa kina cha Mungu ambaye amekuweko tangu milele, ambaye amekuwa akidhibiti ulimwengu wote na vyote vilivyomo, na ambaye atakuwako milele.

Kwa hiyo, unaweza kutambua kwamba kuna mambo mengi sana ya kujifunza utakapoenda kwenye upeo wa kiroho wa milele, na kujifunza kiroho kunasisimua sana na kunafurahisha, tofauti na masomo mengine hapa duniani.

Zaidi ya hayo, kujifunza kiroho si kwa lazima na hakuna mtihani. Huwezi kusahau yale uliyojifunza, kwa hiyo si vigumu wala kuchosha. Hutaweza kusinywa au kukosa cha kufanya mbinguni. Utafurahi kujifunza mambo mapya na ya ajabu.

Sherehe, Karamu, na Tamasha

Kuna aina nyingi za sherehe na tamasha mbinguni. Sherehe hizi ni kilele cha starehe mbinguni. Huko ndiko unakoweza kufurahia kutazama utajiri, uhuru, uzuri na utukufu wa mbinguni kwa mara moja tu.

Kama vile watu hapa duniani wanavyojipamba vizuri kwenda kwenye karamu, na kula, kunywa na kufurahia vitu vizuri, vivyo hivyo unaweza kuwa na karamu na watu waliojipamba vizuri sana. Karamu zimejaa dansi nzuri, nyimbo, na sauti za kicheko cha furaha.

Pia, kuna sehemu zinazofanana na Carnegie Hall huko New York City au Sydney Opera House huko Australia ambako unaweza kufurahia tamasha. Tamasha mbinguni si za kujivunia lakini ni za kumtukuza Mungu, kuleta furaha na bashasha kwa Bwana na kuzishirikisha wengine.

Wale wanaotumbuiza sana ni wale waliomtukuza Mungu kwa sifa, kucheza, kupiga ala za mziki, na michezo ya kuigiza hapa duniani. Wakati mwingine watu hawa huenda wakacheza mziki ule ule waliocheza duniani. Au, wale waliotamani kutenda mambo haya hapa duniani lakini hawakuweza kwa sababu fulani, wanaweza kumsifu Mungu kwa nyimbo mpya na mitindo mingi ya kucheza dansi mbinguni.

Pia, kuna kumbi za sinema ambamo unaweza kutazama sinema. Katika Ufalme wa Kwanza au wa Pili, kwa kawaida watu huko huangalia sinema katika kumbi za umma. Katika

Ufalme wa Tatu na Yerusalemu Mpya, kila mkaazi ana vifaa vyake nyumbani mwake. Watu wanaweza kuangalia sinema peke yao au kuwaalika wapendwa wao kuangalia sinema huku wakila vitafunwa.

Katika Biblia, mtume Paulo alikuwa amezuru Mbingu ya Tatu, lakini hakuweza kufichua habari hizo kwa wengine (2 Wakorintho 12:4). Ni vigumu sana kuwafanya watu waelewe mbinguni kwa sababu ni ulimwengu usiojulikana au kueleweka vyema na watu. Badala yake, kuna uwezekano mkubwa kwamba watu watakosa kuelewa.

Mbingu ni ya upeo wa kiroho. Kuna mambo mengi ambayo huwezi kuyaelewa au kuyawazia mbinguni, huko kumejaa furaha na bashasha ambayo huwezi kuipata hapa duniani.

Mungu ameandaa mbingu nzuri ya wewe kwenda kuishi, na anakuhimiza uweze kuwa na sifa zifaazo ili uingie kupitia Biblia.

Kwa hiyo, ninaomba kwa jina la Bwana kwamba utampokea Bwana kwa furaha huku ukiwa na sifa zifaazo ili uwe tayari kama bibi harusi wake mrembo wakati atakaporudi mara ya pili.

Sura ya 6

Paradiso

1. Uzuri na Furaha ya Paradiso
2. Watakaoenda Paradiso ni Watu wa Aina Gani?

*Yesu akamwambia,
"Amin, nakuambia,
leo hivi utakuwa pamoja nami peponi."*

- Luka 23:43 -

Wale wote wanaomwamini Yesu Kristo kama mwokozi wao na ambao majina yao yameandikwa katika kitabu cha uzima wataweza kufurahia uzima wa milele mbinguni. Tayari nimekwisha eleza, hata hivyo, kuna hatua katika ukuaji wa imani, na makao, taji, na thawabu zitakazotolewa mbinguni zitategemea kiwango cha imani ya mtu.

Wale wanaofanana na moyo wa Mungu zaidi wataishi karibu na Kiti cha Enzi cha Mungu, na kadri watakavyoishi mbali na Kiti cha Enzi cha Mungu, ndivyo kufanana kwao na moyo wa Mungu kutakavyopungua.

Paradiso ndiyo sehemu iliyo mbali zaidi na Kiti cha Enzi cha Mungu na kuna mwangaza mchache wa utukufu wa Mungu, na ndiyo sehemu ya chini zaidi mbinguni. Hata hivyo, ni kuzuri sana kushinda dunia hii, hata kushinda Bustani ya Edeni.

Sasa, Paradiso ni mahali kwa aina gani, ni watu wa aina gani wakaoelekea huko?

1. Uzuri na Furaha ya Paradiso

Sehemu iliyo pembeni mwa Paradiso hutumika kama Mahali Pa Kusubiria hadi Siku Ya Hukumu Kuu ya Kiti cha Enzi Cheupe (Ufunuo 20:11-12). Kila mtu aliyeokolewa kuanzia mwanzo anasubiri kwenye sehemu zilizo pembeni mwa Paradiso, isipokuwa wale ambao tayari walienda Yerusalemu Mpya baada ya kukamilisha moyo wa Mungu na wanasaidia katika kazi za Mungu.

Kwa hiyo utaona kwamba Paradiso ni pana sana hivi kwamba sehemu zilizoko karibu na pembeni hutumika kama Mahali pa Kusubiria na watu wengi sana. Ijapokuwa Paradiso hii pana ndiyo sehemu ya chini ya mbinguni, bado ni kuzuri na kwenye furaha kuliko hapa duniani, palipo laaniwa na Mungu. Isitoshe, kwa sababu ni mahali ambapo wale walioimarishwa hapa duniani wataingia, kuna furaha zaidi kushinda Bustani ya Edeni alikoishi mwanadamu wa kwanza Adamu. Hebu sasa, natuangalie uzuri na furaha ya Paradiso ambayo Mungu ameifunua na kufanya ijulikane.

Mbuga Pana Zilizojaa Wanyama Wazuri na Mimea Mizuri

Paradiso ni kama mbuga pana, na kuna viwanja vingi vya nyasi vilivyopangwa vizuri na bustani nzuri. Malaika wengi hutunza sehemu hizi. Ndege wanaoimba ni wasafi na wanaimba kwa uwazi, na sauti zao zinasikika katika Paradiso yote. Wanafanana na ndege wa hapa duniani, lakini ni wakubwa kidogo na wana manyoya mazuri zaidi. Kuimba kwao katika makundi kunapendeza sana.

Pia, miti na maua katika bustani ni mizuri na ya kupendeza. Miti na maua ya dunia hii hunyauka baada ya muda, lakini huko Paradiso, miti yake ina majani wakati wote na maua yake hayanyauki. Watu wanapoyakaribia yale maua, maua hutabasamu, na wakati mwingine hutoa harufu nzuri na ya kipekee kutokea mbali.

Miti mizuri huzaa matunda ya aina mbalimbali. Matunda yake ni makubwa kidogo kushinda ya hapa duniani. Ngozi yake inametameta na yanaonekana kuwa matamu sana. Huna haja ya kuyaambua kwa sababu hayana vumbi wala mabuu. Itakuwa na mandhari ya kupendeza sana na ya kufurahisha kwa watu kukaa kwenye nchi tambarare na kupiga gumzo, huku wakiwa na vikapu vilivyojaa matunda matamu na ya kumtia mtu hamu ya kula. Pia, kuna wanyama wengi katika mbuga hiyo pana. Miongoni mwa wanyama hao ni simba wanaolisha nyasi kwa utulivu pia. Simba hao ni wakubwa kushinda simba wa hapa duniani, lakini si wakali kamwe. Ni wazuri sana kwa sababu wana tabia nzuri na ni wasafi, na wenye nywele zinazometameta.

Mto wa Maji ya Uzima Hutiririka Bila Kelele

Mto wa Maji ya Uzima unatiririka mbinguni kote, kutoka Yerusalemu Mpya hadi Paradiso, na hautoi mvuke wala kuchafuka. Maji yanayotoka kwenye mto huu ambao chanzo chake ni Kiti cha Enzi cha Mungu na huburudisha kila kitu kinachowakilisha moyo wa Mungu. Ni akili safi ambayo haina mawaa, lawama na unang'aa bila giza lolote. Moyo wa Mungu hauna kasoro na ni mkamilifu katika kila kitu.

Mto wa Maji ya Uzima unaotiririka bila kelele ni kama maji yanayopepesa ya bahari wakati wa jua ukiakisi mwangaza wa jua. Ni msafi sana na unaweza kuona kila kitu ndani yake hivi kwamba huwezi kuulinganisha na aina yoyote ya mkusanyiko wa maji duniani. Ukiuangalia kwa mbali, unaonekana kuwa na rangi ya samawati, na ni kama bahari ya kina kirefu ya Mediterania au Bahari ya Atlantiki.

Kuna madawati mazuri barabarani yaliyo kila upande wa Mto wa Uzima. Karibu na madawati hayo kuna miti ya uzima inayotoa matunda kila mwezi. Matunda ya mti wa uzima ni makubwa kushinda matunda ya hapa duniani, na yana harufu nzuri na ladha yake ni tamu kiasi kwamba hayawezi kuelezeka vizuri. Yanayeyuka kama peremende ya pamba unapoweka moja mdomoni mwako kuimumunya.

Hakuna Mali Za Kibinafsi Paradiso

Watu huko Paradiso huvaa nguo nyeupe zilizoshonwa na kuwa nguo moja, lakini hakuna mapambo kama vile nembo kwenye nguo au taji au pini kichwani. Hii ni kwa sababu hawakufanya chochote kwa ajili ya ufalme wa Mungu wakati walipokuwa duniani.

Vivyo hivyo, kwa kuwa wale wote ambao huenda Paradiso hawana thawabu, hawatapewa nyumba ya kibinafsi, taji, mapambo, au kupewa malaika wa kuwahudumia. Kuna mahali tu kwa kukaa zile roho zinazoishi Paradiso. Wanaishi huko wakihudumiana.

Ndivyo ilivyo hata huko Bustani ya Eden hakuna nyumba za kibinafsi kwa kila mkaazi wa huko, lakini kuna tofauti kubwa katika kiwango cha furaha kati ya sehemu hizo mbili. Watu walio Paradiso wanaweza kumwita Mungu "Abba Baba" kwa sababu walimkubali Yesu Kristo na kumpokea Roho Mtakatifu, kwa hiyo watahisi furaha ambayo haiwezi kulinganishwa na furaha ya Bustani ya Edeni.

Kwa hiyo, kuzaliwa katika ulimwengu huu ni baraka kubwa na jambo la thamani, ukiwa ulimwenguni unapitia kila aina ya mambo mazuri na mabaya, unafanyika mwana wa Mungu, na una imanibe.

Paradiso Imejaa Furaha na Bashasha

Hata maisha ya Paradiso yamejaa furaha na bashasha katika kweli kwa sababu hakuna uovu na kila mtu anamweka mwenzake mbele. Hakuna anayeweza kumdhuru mwingine bali watu watahudumiana kwa upendo. Maisha yatakuwa mazuri sana! Zaidi ya hayo, furaha halisi ni ile hali ya kutokuwa na wasiwasi juu ya nyumba, nguo, na chakula na pia ukweli kwamba hakuna machozi huko, huzuni, uchungu, magonjwa, au kifo.

Naye atafuta kila chozi katika macho yao, wala mauti haitakuwapo tena; wala maombolezo, wala kilio, wala maumivu hayatakuwapo tena; kwa kuwa mambo ya kwanza yamekwisha kupita (Ufunuo 21:4).

Pia utaona, kama vile kulivyo na malaika wakuu miongoni mwa malaika, vivyo hivyo kuna vyeo miongoni mwa watu wa Paradiso, yaani wawakilishi na wawakilishwa. Kwa kuwa matendo ya imani ya kila mtu ni tofauti, wale walio na imani kubwa huchaguliwa kama wawakilishi ili watunzi sehemu fulani au kundi la watu.

Watu hawa huvalia nguo tofauti tofauti na wanavyovaa watu wa kawaida wa Paradiso na wanapewa kipau mbele katika kila kitu. Hiki ni kitendo kinachotekelezwa na haki ya Mungu kumtuza kila mtu kulingana na matendo yake, si kwamba si tendo la haki.

Kwa sababu hakuna wivu au kijicho mbinguni, watu hawatachukia au kuhisi vibaya wakati mtu mwingine atakapopewa vitu vizuri. Badala yake, watafurahi na kufurahia kuwaona wengine wakipokea vitu vizuri. Sharti utambue kwamba Paradiso ni kuzuri sana na kuna furaha ikilinganishwa na ulimwengu huu.

2. Watakaoenda Paradiso Ni Watu Wa Aina Gani?

Paradiso ni mahali pazuri ambako kumetengenezwa kwa upendo na rehema za Mungu. Ni mahali kwa wale ambao hawakufaulu vya kutosha kuitwa wana wa Mungu, lakini wamemjua Mungu na kumwamini Yesu Kristo, na kwa hivyo hawawezi kupelekwa jehanamu. Sasa ni watu wa aina gani haswa wataingia Paradiso?

Kutubu Muda Mfupi Kabla Kuaga Dunia

Kusema kweli, Paradiso ni mahali kwa wale waliotubu muda mfupi tu kabla kifo chao na wakampokea Yesu Kristo wakaokoka, kama vile yule mhalifu aliyesulubishwa kandoni mwa Yesu. Ukisoma Luka 23:39 kuendelea, utakuta kwamba kuna wahalifu wawili waliosulubiwa ubavuni mwa Yesu. Mhalifu mmoja alimtusi Yesu, lakini yule wa pili alimkemea yule wa kwanza, akatubu, na kumpokea Yesu kama mwokozi wake. Kisha, Yesu akamwambia yule mhalifu wa pili aliyetubu kwamba ameokoka. Alimwambia yule mhalifu, "Amin, nakuambia, leo hivi utakuwa pamoja nami peponi." Mhalifu huyu alimpokea Yesu kama mwokozi wake mara hiyo hiyo. Hakuacha dhambi zake au kuishi kulingana na neno la Mungu. Kwa kuwa alimpokea Bwana muda mfupi kabla afe, hakuwa na muda wa kujifunza neno la Mungu na kuishi kwa kulifuata.

Sharti utambue kwamba Paradiso au peponi ni kwa wale waliompokea Yesu Kristo, lakini hawakutenda chochote kwa ajili ya ufalme wa Mungu, kama huyu mhalifu aliyetajwa katika Luka 23.

Hata hivyo, ukisema moyoni, 'Nitampokea Yesu muda mfupi kabla nife ili niweze kwenda Paradiso kwenye furaha na kuzuri ambako hakuwezi kulinganishwa na ulimwengu huu,' utakuwa umekosea. Mungu alimruhusu yule mhalifu mmoja kuokolewa kwa sababu alijua kwamba huyo mhalifu alikuwa na moyo mzuri wa kumpenda Mungu hadi mwisho na hangemwacha Bwana endapo angekuwa na muda zaidi wa kuishi.

Hata hivyo, si kila mtu anaweza kumpokea Bwana kabla hajafa, na imani haiwezi kupewa mtu kwa ghafla. Kwa hiyo, sharti utambue kuadimika kwa hali kama hiyo ya mhalifu kuokolewa muda mfupi kabla ya mauti yake.

Pia, watu wanaopokea wokovu wa aibu huwa bado wana uovu mwingi mioyoni mwao hata wanapokuwa wameokoka, kwa sababu waliishi jinsi walivyotaka.

Watamshukuru Mungu milele kwa kuingia Paradiso na wanafurahia uzima wa milele mbinguni kwa kumpokea Yesu kama mwokozi wao, hata ijapokuwa hawakutenda chochote na imani yao hapa duniani.

Paradiso ni tofauti sana na Yerusalemu Mpya ambako kuna Kiti cha Enzi cha Mungu, lakini ule ukweli kwamba hawakwenda motoni lakini waliokolewa, kunawaletea furaha na bashasha sana.

Ukosefu wa Ukuaji Wa Imani ya Kiroho

Pili, hata ikiwa watu walimpokea Yesu Kristo na wana imani, lakini imani yao haikukua, watapokea wokovu wa aibu na kwenda Paradiso. Si tu wale waamini wachanga ndio watakaoingia Paradiso lakini pia wale walioamini kwa muda mrefu ikiwa imani yao itasalia katika kiwango cha kwanza wakati wote.

Siku moja Mungu aliniruhusu kusikia ungamo la mwamini ambaye alikuwa amekaa katika imani kwa muda mrefu, na sasa anakaa Mahali pa Kusubiria mbinguni pembeni mwa Paradiso.

Alikuwa ni mtu aliyezaliwa katika familia ambayo haikumjua Mungu kamwe na waliabudu sanamu, na huyu mtu baadaye alianza kuishi maisha ya Kikristo. Hata, hivyo kwa kuwa hakuwa na imani ya kweli, bado aliishi dhambini na akapofuka jicho moja. Alitambua imani ya kweli ni nini baada ya kusoma kitabu cha ushuhuda wangu kiitwacho Kuonja Uzima wa Milele Kabla Kufa, alijisajili kanisani kwake kama mshirika na baadaye akaenda mbinginu huku akiwa anaishi maisha ya Kikristo kanisani kwake

Niliweza kumsikia akiungama huku akiwa na furaha kwa kuokolewa kwa sababu alienda Paradiso baada ya kupitia huzuni nyingi, uchungu, na magonjwa wakati alipokuwa duniani.

"Niko huru na nimefurahi kuja hapa baada ya kuuvua mwili wangu. Sijui ni kwa nini nilijaribu kushikilia mambo ya mwili. Yalikuwa ubatili. Kushikilia mambo ya mwili ni ubatili na hakuna maana yoyote baada ya kuja hapa na kuuvua mwili.

Katika maisha yangu duniani, nilikuwa na nyakati za

furaha na shukrani, kuvunjika moyo na kukata tamaa. Hapa, nikijiangalia katika hali hii ya faraja na furaha, ninakumbushwa nyakati zile nilipojaribu kung'ang'ania maisha ya ubatili. Lakini nafsi yangu haihitaji chochote nikiwa hapa mahali pa faraja, na na nikizingatia kwamba nipo mahali pa wokovu basi nafurahi sana.

Ninahisi vizuri sana mahali hapa. Ninahisi vizuri kwa sababu nilivua mwili wangu, na kufurahi kwamba nimekuja mahali hapa pa amani baada ya maisha ya kuchosha duniani. Sikujua kwamba kuuvua mwili wangu ni jambo linaloleta furaha, lakini nina amani sana na furaha kwa kuuvua mwili na kuja mahali hapa.

Nilipokuwa duniani, kutoweza kutembea, kutoweza kuona, na kutoweza kufanya mambo mengine mengi yalikuwa changamoto ya kimwili kwangu wakati huo, lakini nina furaha na ninashukuru baada ya kupokea uzima wa milele na kuja hapa kwa sababu ninahisi ninaweza kuwa mahali hapa pazuri kwa sababu ya mambo hayo yote.

Hapa nilipo si Ufalme wa Kwanza, Ufalme wa Pili, Ufalme wa Tatu, au Yerusalemu. Niko tu Paradiso lakini ninashukuru sana na nina furaha kwa kuwa Paradiso.

Nafsi yangu inatosheka kwa haya.
Nafsi yangu inasifu kwa hili.
Nafsi yangu inafurahishwa na hili.
Nafsi yangu inashukuru kwa hili.

Ninafurahi na kushukuru kwa sababu nilimaliza maisha ya upweke na mabaya na nikaja kufurahia maisha haya ya faraja."

Kurudi Nyuma Kiimani Kwa Sababu ya Majaribu

Mwisho, kuna watu wengine ambao wamekuwa waaminifu lakini pole pole huanza kuwa vuguvugu katika imani yao kwa sababu kadhaa, na ni nadra sana kupokea wokovu.

Kuna bwana mmoja alikuwa mzee wa kanisa kanisani kwangu. Alifanya kazi nyingi kanisani kwa uaminifu. Kwa hiyo imani yake ilionekana kuwa kubwa kwa nje, lakini siku moja akawa mgonjwa sana. Alishindwa hata kuongea na akaja kwangu nimuombee. Badala ya kumwombea apone, nilimwombea wokovu. Wakati huo, nafsi yake ilikuwa inateseka sana kutokana na hofu ya mapambano kati ya malaika waliokuwa wanajaribu kumpeleka mbinguni na pepo waliokuwa wanajaribu kumpeleka jehanamu. Endapo angalikuwa na imani ya kutosha, pepo hawangalikuja kumchukua. Kwa hiyo nikamwombea mara moja ili kuwatoa pepo, na kumwomba Mungu ili Mungu aweze kumpokea. Mara tu baada ya kumwombea, alianza kuhisi vizuri na akalia machozi. Alitubu muda mchache tu kabla hajakufa na akaokolewa dakika za mwisho.

Vivyo hivyo, ikiwa ulimpokea Roho Mtakatifu na ukachaguliwa kama shemasi au mzee wa kanisa, itakuwa aibu machoni mwa Mungu kuishi dhambini. Ikiwa hutageuka na kuacha maisha haya ya uvuguvugu ya kiroho, Roho Mtakatifu ataanza kuondoka polepole maishani mwako, na hutaokolewa.

Nayajua matendo yako, ya kuwa hu baridi wala hu moto; ingekuwa heri kama ungekuwa baridi au moto. 16 Basi, kwa sababu una uvuguvugu, wala hu baridi wala moto, nitakutapika utoke katika kinywa changu. (Ufunuo 3:15-16).

Kwa hiyo, sharti utambue kwamba kwenda Paradiso ni wokovu wa aibu na badala yake unapaswa kuwa na ari na bidii ya kuikuza imani yako.

Mbeleni bwana huyu alikuwa amepona na kuwa na afya njema baada ya kumwombea na hata mkewe alichungulia kaburi lakini akapona kupitia kwa maombi yangu. Kwa kusikiliza maneno ya uzima, familia yake ilikuwa na shida nyingi ilianza kufurahi tena. Tangu wakati huo, alikomaa na kuwa mfanyakazi mwaminifu wa Mungu na akatekeleza majukumu yake kwa uaminifu.

Hata hivyo, wakati kanisa nilipojaribiwa, hakujaribu kulitetea au kulilinda badala yake aliruhusu mawazo yake yatawalwe na Shetani. Maneno yaliyotoka kinywani mwake yalijenga ukuta mkubwa wa dhambi kati yake na Mungu. Hatimaye hakuweza kuwa chini ya ulinzi wa Mungu, na akaugua ugonjwa mbaya sana.

Kama mtenda kazi wa Mungu, alikuwa hapaswi kuona au kusikiliza chochote kilichokuwa kinyume cha ukweli na kinyume cha mapenzi ya Mungu, lakini badala yake, alitaka kusikiza mambo hayo na kuyaeneza. Ilibidi Mungu augeuze uso wake usimwangalie kwa sababu aligeuka na kurudi nyuma na kuiacha imani na neema kuu ya Mungu kama vile kuponywa kutokana na ugongwa mbaya sana.

Kwa hiyo, thawabu zake zilisambaratika na hakuweza kupata nguvu za kuomba. Imani yake ilirudi nyuma na hatimaye ikafikia kiwango cha kumfanya kutokuwa na hakika ya wokovu wake. Kwa bahati nzuri, Mungu alikumbuka kazi zake kanisani hapo mbeleni. Kwa hiyo yule bwana alipokea wokovu wa aibu kwa kuwa Mungu alimpa neema ya kutubu yale aliyotenda mbeleni.

Kujaa Shukrani Kwa Kuokolewa

Sasa ni aina gani ya maungamo ambayo angeungama wakati angeokolewa na kupelekwa Paradiso? Kwa sababu aliokolewa kwenye njia panda ya mbinguni na jehanamu, niliweza kumsikia akiungama huku akiwa na amani ya kweli.

"Nimeokoka namna hii. Ijapokuwa niko Paradiso, ninaridhika kwa sababu niliwekwa huru kutokana na woga na matesho. Roho yangu, ambayo ingeelekea gizani, imekuja hapa mahali penye mwangaza mzuri na unaofariji."

Alifurahi jinsi gani baada ya kuwekwa huru kutokana na woga na jehanamu! Hata hivyo, kwa kuwa aliokolewa kwa aibu kama mzee wa kanisa, Mungu aliniruhusu nisikie ombi lake la toba wakati alipokuwa anakaa katika Kaburi la Juu kabla hajaenda Mahali pa Kusubiria huko Paradiso. Alitubu dhambi zake huko pia, na akanishukuru kwa kumwombea. Vilevle aliweka ahadi kwa Mungu kwamba ataliombea kanisa alilolitumikia pamoja na kuniombea na mimi hadi atakapokutana naye tena mbinguni.

Tangu mwanzo wa uimarishaji wa mwanadamu hapa duniani, kumekuwa na watu wengi zaidi ambao wamefaulu kuingia Paradiso kushinda idadi yote ya watu wote wanaoweza kwenda mahali pengine mbinguni.

Wale waliookolewa kibahati na kuingia Paradiso wanashukuru na wana furaha kwa kuwa wanaweza kufurahia faraja na baraka za Paradiso kwa sababu hawakuangukia jehanamu licha ya kwamba hawakuishi maisha mazuri ya Kikristo duniani.

Hata hivyo, furaha ya Paradiso haiwezi hata kulinganishwa na

Paradiso

ile ya Yerusalemu Mpya, na pia ni tofauti na furaha ya kiwango kinachofuata, Ufalme wa Kwanza wa mbinguni. Kwa hiyo, sharti utambue kile kilicho muhimu kwa Mungu si miaka mingi ya imani, lakini mtazamo wa moyo wako wa ndani kwa Mungu na kutenda kulingana na mapenzi yake.

Leo, watu wengi wanajiingiza na kuishi katika dhambi huku wakikiri kwamba wamempokea Roho Mtakatifu. Watu hawa huenda hata wasipokee wokovu wa aibu na kwenda Paradiso, au hatimaye huangukia mautini yaani jehanamu kwa sababu Roho Mtakatifu aliye ndani yao atapotea.

Au waamini wa jina tu huanza kuwa wafidhuli katika kusikia na kujifunza mengi kuhusu neno la Mungu, na kuwahukumu waamini wengine hata ijapokuwa wamekuwa wakiishi maisha ya Kikristo kwa muda mrefu. Haijalishi wana ari kiasi gani na ni waaminifu kiasi gani juu ya kazi za Mungu, haitasaidia ikiwa hawatatambua uovu wao mioyoni mwao na kuziacha dhambi.

Kwa hiyo, ninaomba kwa jina la Bwana kwamba wewe mwana wa Mungu ambaye umepokea Roho Mtakatifu, uache dhambi zako na kila aina ya uovu na ujitahidi kutenda kulingana na neno la Mungu.

Sura ya 7

Ufalme wa Kwanza wa Mbinguni

1. Uzuri na Furaha Yake Yapita Paradiso
2. Ni Watu Wa Aina gani Wataenda Kwenye Ufalme wa Kwanza?

*Na kila ashindaye katika michezo
hujizuia katika yote;
basi hao hufanya hivyo ili wapokee
taji iharibikayo;
bali sisi tupokee taji lisiloharibika.*

- 1 Wakorintho 9:25 -

Paradiso ni mahali kwa wale waliompokea Yesu Kristo lakini hawakufanya chochote na imani yao. Kunapendeza sana na kuna furaha kushinda hapa duniani. Sasa, Ufalme wa Kwanza wa mbinguni ni mzuri sana, huko ndiko makao ya wale wanaojaribu kuishi kulingana na neno la Mungu.

Ufalme wa Kwanza uko karibu na Kiti cha Enzi cha Mungu ambako ndiko kuliko na Paradiso, lakini kuna sehemu nyingi nzuri zaidi huko mbinguni. Hata hivyo, wale walioingia katika Ufalme wa Kwanza wataridhika na kile watakachopewa, na watafurahi. Ni kama samaki kuridhishwa na kukaa kwenye bakuli la samaki, bila kutaka kitu chochote kingine.

Tutaangalia kwa kina ikiwa Ufalme wa Kwanza wa mbinguni ni wa aina gani, ufalme huo uko ngazi moja zaidi kuliko Paradiso, na aina ya watu wanaoingia huko.

1. Uzuri na Furaha Yake Yapita Paradiso

Kwa kuwa Paradiso ni mahali kwa wale ambao hawajafanya chochote na imani yao, watu hawatapewa thawabu za mali za kibinafsi. Hata hivyo, kutoka Ufalme wa Kwanza kwenda juu, mali za kibinafsi kama vile nyumba na taji zitatolewa kama thawabu.

Katika Ufalme wa Kwanza, mtu ataishi nyumbani mwake mwenyewe na kupokea taji ambayo itadumu milele. Kupata nyumba ya kibinafsi mbinguni ni utukufu wa kivyake, kwa hiyo kila mmoja katika Ufalme wa Kwanza atapokea furaha ambayo haiwezi kulinganishwa na ile furaha ya Paradiso.

Nyumba za Kibinafsi Zimepambwa Vizuri Sana

Makao ya kibinafsi katika Ufalme wa Kwanza si nyumba zilizo mbalimbali, bali zinafanana na nyumba za kupanga za hapa duniani. Hata hivyo, hazijajengwa kwa simiti au matofali, lakini zimejengwa kwa vifaa vizuri sana vya mbinguni kama dhahabu na vito.

Nyumba hizi hazina ngazi, lakini zina lifti nzuri sana. Katika dunia hii, lazima ubonyeze kitufe ndipo lifti iende, lakini mbinguni zinataenda zenyewe hadi orofa unayoenda,

Miongoni mwa hao ambao wameenda mbinguni, kuna wale ambao wanasema kwamba waliona nyumba huko mbinguni, na ni kwa sababu waliona Ufalme wa Kwanza miongoni mwa sehemu nyingi za mbinguni. Nyumba hizi zinazofanana na za kupanga zina kila kitu kinachohitajika katika kuishi, kwa hiyo hakuna usumbufu wowote kamwe.

Kwa wale wanaopendelea mziki, kuna ala za mziki ambazo wanaweza kuzipiga, na kwa wale wanaopenda kusoma, kuna vitabu huko. Kila mtu ana nafasi yake ya kibinafsi anayoweza kuitumia kwa mapumziko, na nafasi hiyo ni nzuri sana..

Katika njia hii, katika Ufalme wa Kwanza mazingira yameundwa kulingana na jinsi mtu anavyotaka. Kwa hiyo ni kuzuri sana na kuna furaha kuliko Paradiso, na kumejaa furaha na faraja ya kipekee kushinda ile unayoweza kupata duniani.

Bustani za Umma, Maziwa, Vidimbwi vya Kuogelea na kadhalika

Kwa kuwa nyumba katika Ufalme wa Kwanza si nyumba za

chumba kimoja, pia kuna bustani za umma, maziwa, vidimbwi vya kuogelea, na viwanja vya golfu. Ni kama vile watu hapa duniani wanaoishi kwenye nyumba za kupanga, wakitumia bustani moja, viwanja vya tenisi, na vidimbwi vya kuogelea.

Mali hizi za umma hazichakai wala kuharibika, kwa kuwa malaika huzitunza na kuhakikisha ziko katika hali nzuri. Malaika huwasaidia watu kwa kutumia mali hizo, kwa hiyo hakuna usumbufu wowote ijpokuwa ni mali za umma.

Hakuna malaika wanaohudumu huko Paradiso, lakini watu wanaweza kusaidiwa na malaika katika Ufalme wa Kwanza. Kwa hiyo wanahisi furaha na bashasha hapa. Ijapokuwa hakuna malaika wa mtu yeyote, kuna malaika wanaotunza mali za huko.

Kwa mfano, ikiwa unataka kula matunda wakati ukipiga gumzo na rafiki zako huku umekalia madawati ya dhahabu karibu na Mto wa Majia ya Uzima, malaika watakuletea matunda mara moja na kukuhudumia kwa heshima. Kwa kuwa kuna malaika wanaowasaidia wana wa Mungu, furaha na bashasha utakayohisi ni tofauti sana na ile ya Paradiso.

Ufalme wa Kwanza ni Mkuu Kuliko Paradiso

Hata rangi na harufu za maua, na mng'ao na uzuri wa manyoya ya wanyama ni tofauti na Paradiso. Hii ni kwa sababu Mungu ametoa kila kitu kulingana na kiwango cha imani cha watu walio katika kila sehemu ya mbinguni.

Hata watu wa dunia hii wana viwango tofauti vya urembo. Kwa mfano wataalam wa maua, watatathmini uzuri wa hata ua moja kulingana na vigezo vingi. Huko mbinguni, harufu ya maua katika kila makao ya mbinguni ni tofauti. Hata katika eneo hilo

hilo harufu ya kila ua ni ya kipekee.

Mungu ametoa maua katika njia ambayo watu wa Ufalme wa Kwanza watahisi vizuri sana watakapopata harufu nzuri ya maua hayo. Bila shaka, matunda yana ladha tofauti katika sehemu tofauti mbinguni. Mungu ametoa rangi na harufu ya kila tunda kulingana na kiwango cha kila makao.

Je, unapopokea mgeni mashuhuri huwa unamwandalia nini na kumhudumia kwa njia gani? Utajaribu kumfanyia yale anayopenda katika njia ambayo unajua kabisa itamfurahisha mgeni wako.

Vivyo hivyo, Mungu ametoa kila kitu kwa makini ili watoto wake waweze kutoshelezwa katika hali zote.

2. Ni Watu Wa Aina gani Wataenda Kwenye Ufalme wa Kwanza?

Paradiso ni mahali pa mbinguni kwa wale ambao wako katika ngazi ya kwanza ya imani, waliookolewa kwa kumwamini Yesu Kristo, lakini hawajafanya chochote kwa ajili ya ufalme wa Mungu. Sasa basi, ni watu gani huenda kwenye Ufalme wa Kwanza wa mbinguni juu ya Paradiso na kufurahia uzima wa milele?

Watu Wakijaribu Kutenda Sawa na Neno la Mungu

Ufalme wa Kwanza wa mbinguni ni mahali kwa wale waliompokea Yesu Kristo na wakajaribu kuishi kulingana na neno la Mungu. Wale ambao wamempokea Bwana hivi karibuni huja kanisani Jumapili na kusikiza neno la Mungu, lakini hawajui dhambi ni nini, hawajui kwa nini wanapaswa kuomba, na kwa nini wanapaswa kuziacha dhambi zao. Vivyo hivyo, wale walio katika kiwango cha kwanza cha imani wamepokea furaha ya upendo wa kwanza kwa kuzalimwa kwa maji na Roho Mtakatifu, lakini hawatambui dhambi ni nini na hawajazitambua dhambi zao.

Hata hivyo, ukifika ngazi ya pili ya imani, utatambua dhambi zako na haki yako kwa msaada wa Roho Mtakatifu. Kwa hiyo utajaribu kuishi kulingana na neno la Mungu, lakini huwezi kufanya hivyo mara moja. Ni kama vile mtoto anapoanza kutembea kwa mara ya kwanza: atatembea huku akianguka mara kwa mara.

Ufalme wa Kwanza ni mahali kwa watu wa aina hii, watu wanaojaribu kuishi kulingana na neno la Mungu, na watapewa taji ambazo zitadumu milele. Kama vile wanariadha wanavyopaswa kucheza kulingana na sheria za mchezo (2 Timotheo 2:5-6), wana wa Mungu sharti wapige vita vizuri vya imani kulingana na kweli. Ukipuuzilia mbali kanuni za upeo wa kiroho, ambazo ni sheria ya Mungu, imani yako imekufa sawa na mwanariadha anayecheza mchezo bila kuzifuata sheria. Ikiwa hivyo basi hutahusishwa kama mhusika na kupewa taji.

Na bado mtu yeyote aliye katika Ufalme wa Kwanza, atapewa taji kwa sababu amejaribu kuishi kulingana na neno la Mungu hata ijapokuwa matendo yake hayakutosha. Hata hivyo, bado ni wokovu wa aibu. Ni kwa sababu hawakuishi kikamilifu kulingana na neno la Mungu hata ijapokuwa wana imani ya kuingia Ufalme wa Kwanza.

Kazi Yako Ikiteketea Wokovu Wako Utakuwa wa Aibu

Sasa basi, "wokovu wa aibu" ni nini haswa? Katika 1 Wakorintho 3:12-15, utaona kwamba kazi ya mtu inaweza kuteketea au kutoteketea.

Lakini kama mtu akijenga juu ya msingi huo, dhahabu au fedha au mawe ya thamani, au miti au majani au manyasi, kazi ya kila mtu itakuwa dhahiri. Maana siku ile itaidhihirisha, kwa kuwa yafunuliwa katika moto; na ule moto wenyewe utaijaribu kazi ya kila mtu, ni ya namna gani. Kazi ya mtu aliyoijenga juu yake ikikaa, atapata thawabu. Kazi ya mtu ikiteketea, atapata hasara; ila yeye mwenyewe ataokolewa; lakini ni kama kwa moto.

"Msingi" hapa unamrejea Yesu Kristo na maana yake ni kwamba kile unachojenga kwenye msingi huu, yaani kazi yako itafunuliwa kupitia kujaribiwa kwa moto.

Kwa upande mwingine, kazi za wale wenye imani kama dhahabu, fedha, au mawe ya thamani zitabaki hata zitakapopitishwa katika majaribu ya moto kwa sababu wanatenda kulingana na neno la Mungu. Kwa upande mwingine, kazi za wale walio na imani ya miti, majani au nyasi zitateketezwa zitakapojaribiwa kwa moto kwa sababu hawatendi kulingana na neno la Mungu.

Kwa hiyo, tukiviweka hivi kulingana na kiwango cha imani, dhahabu ni ya tano (ya juu zaidi), fedha ni ya nne, mawe ya thamani ni ya tatu, miti ni ya pili, na nyasi ni ya kwanza (ya chini zaidi). Miti na nyasi vina uhai, na imani iliyo kama miti inamaanisha kwamba mtu ana imani iliyo hai lakini ni hafifu.

Hata hivyo nyasi ni kavu na hazina hata uhai, na inarejea wale ambao hawana imani yoyote.

Kwa hiyo, wale ambao hawana imani kamwe hawana uhusiano na wokovu. Miti na nyasi, ambao kazi zao zitateketezwa na majaribu ya moto, wana wokovu wa aibu. Mungu ataitambua imani ya dhahabu, fedha na mawe ya thamani, lakini ile ya miti na nyasi, hatazitambua.

Imani Bila Matendo Imekufa

Wengine wanaweza kusema, "Nimekuwa Mkristo kwa muda mrefu, kwa hiyo lazima nimepita kiwango cha kwanza cha imani, na ninaweza angalau kwenda kwenye Ufalme wa Kwanza." Hata hivyo, ikiwa kweli una imani, bila shaka utaishi kulingana na neno la Mungu. Vivyo hivyo, ukivunja sheria na huziachi dhambi zako, unaweza kukosa kuingia Ufalme wa Kwanza, na hata Paradiso.

Biblia inasema katika Yakobo 2:14, "Ndugu zangu, yafaa nini, mtu akisema ya kwamba anayo imani, lakini hana matendo? Je! Ile imani yaweza kumwokoa?" Ikiwa huna matendo, hutaokolewa. Imani bila matendo imekufa. Kwa hiyo wale ambao hawapigani na dhambi hawawezi kuokolewa kwa sababu wao ni kama mtu aliyepokea fungu la fedha na akalifunika kwa kitambaa (Luka 19:20-26).

"Fungu la fedha" hapa linasimamia Roho Mtakatifu. Mungu anamtoa Roho Mtakatifu kama thawabu kwa wale wanaofungua mioyo yao na kumpokea Yesu Kristo kama mwokozi wao. Roho Mtatakatifu hukuwezesha kutambua dhambi zako, na kuitambua haki, na hukumu, na anakusaidia kuokolewa na kwenda mbinguni. Kwa upande mwingine, ukikiri imani yako kwa Mungu lakini huutahiri moyo wako kwa kufuata mapenzi ya Roho Mtakatifu au kutenda kulingana na kweli, basi Roho Mtakatifu hana haja ya kukaa moyoni mwako. Kwa upande mwingine, ukiziacha dhambi zako na kutenda kulingana na neno la Mungu kwa msaada wa Roho Mtakatifu, utafanana na moyo wa Yesu Kristo, ambaye yeye ndiye kweli.

Kwa hiyo, wana wa Mungu waliompokea Roho Mtakatifu kama thawabu sharti waitakase mioyo yao na wazae matunda ya Roho Mtakatifu ili waufikie wokovu mkamilifu.

Mwaminifu Kimwili lakini Zunga Kiroho

Siku moja Mungu alinifunulia juu ya mshirika mmoja aliyeaga dunia na kwenda katika Ufalme wa Kwanza. Mungu alinionyesha umuhimu wa imani inayoambatana na matendo. Alikuwa mwanachama wa Idara ya Fedha kanisani kwa muda wa miaka kumi na minane bila kuusaliti moyo wake. Alikuwa mwaminifu katika kazi nyingine za Mungu na vilevile alipewa cheo cha uzee wa kanisa. Alijaribu kuzaa matunda katika kazin nyingi na kumpa utukufu Mungu, mara kwa mara alijiuliza hivi, 'Ninawezaje kuufanyia kazi ufalme wa Mungu zaidi?'

Hata hivyo, hakufaulu sana kwa sababu wakati mwingine alimwaibisha Mungu kwa kutoifuata njia iliyo sawa kwa sababu ya mawazo yake ya kimwili na moyo wake ulifuata mambo yale aliyoyapenda. Pia, alikuwa anapenda kuongea mambo yasiyo ya kweli, aliwakasirikia watu, na kuliasi neno la Mungu katika njia nyingi.

Kwa maneno mengine, kwa sababu alikuwa mwaminifu kimwili lakini hakuutahiri moyo wake – ambacho ndicho kitu muhimu – alibaki kwenye kiwango cha pili cha imani. Zaidi ya hayo, ikiwa matatizo yake ya kibinafsi na ya kifedha yangeendelea, hangekuwa ameweza kuilinda imani badala yake angekubaliana na uovu.

Mwishowe, kutokana na umbali wa kurudi nyuma katika imani hangeweza hata kuruhusiwa kuinga Paradiso, hivyo Mungu aliichukua nafsi yake mapema.

Kupitia mawasiliano ya kiroho baada ya kifo chake, alielezea jinsi alivyokuwa na shukrani na kutubu mambo mengi. Alitubu dhambi ya kuwaumiza wachungaji kwa kutofuata ukweli, alitubu dhambi ya kuwarudisha nyuma wengine, ya kuwakosea wengine na ya kutotenda sawa na neno la Mungu hata baada ya kulisikiliza. Pia alisema kwamba wakati wote alikuwa akihisi kushinikizwa kwa sababu hakutubu makosa yake vizuri wakati alipokuwa duniani, lakini sasa alikuwa ana furaha kwa sababu alikuwa anaweza kuungama makosa yake.

Pia, alisema kwamba alikuwa anashukuru kwa vile hakuishia Paradiso kama mzee wa kanisa, lakini alihisi afueni kwa sababu Ufalme wa Kwanza una utukufu zaidi ya Paradiso.

Kwa hiyo, sharti utambue kwamba kitu muhimu zaidi ni kuutahiri moyo wako badala ya uaminifu wa kimwili na vyeo vya kanisani.

Mungu Huwaelekeza Watoto Wake Kwenye Mbingu Bora Zaidi Kupitia Majaribu

Kama vile kuna mazoezi makali na ya saa nyingi ambayo

mwanariadha hupitia ndipo ashinde, wewe vile itabidi uyapitie majaribu ndiyo uingie kwenye makao bora zaidi ya mbinguni. Mungu huruhusu majaribu yawapate watoto wake ili awaongoze kwenye sehemu bora zaidi mbinguni, na majaribu yanaweza kugawanywa katika sehemu tatu.

Kwanza, kuna majaribu ya kuziacha dhambi. Ili mtu aweze kufanyika mwana wa Mungu wa kweli, sharti apigane na dhambi kufikia kiwango cha kumwaga damu ili aweze kuzitupilia mbali dhambi zake kabisa. Hata hivyo, Mungu wakati mwingine huwaadhibu watoto wake kwa sababu hawaziachi dhambi zao badala yake wanaendelea kuishi dhambini (Waebrania 12:6). Kama vile wakati mwingine wazazi huwaadhibu watoto wao ili kuwaelekeza katika njia sahihi, Mungu pia huwaadhibu watoto wake ili waweze kuwa wakamilifu.

Pili, kuna majaribu ya kukifanya chombo kiwe chombo kifaacho na kiweze kuwabariki wengine. Hata Daudi, wakati alipokuwa kijana mdogo, aliokoa kondoo wake kwa kumuua dubu au simba aliyevamia kundi lake la kondoo. Alikuwa na imani kubwa kiasi kwamba hata alimuua Goliathi, ambaye aliogopewa na jeshi lote la Israeli. Alimuua kwa kombeo na jiwe kwa kumtegemea Mungu tu. Sababu iliyomfanya apitie majaribu, yaani kutafutwa na Mfalme Sauli auawe, ilikuwa ni kwa sababu Mungu aliyaruhusu majaribu hayo ili amfanye Daudi kuwa chombo kikubwa na mfalme mkuu.

Tatu, kuna majaribu ya kumwondolea mtu ile hali ya kukaa bure kwa sababu watu wanaweza kukaa mbali na Mungu ikiwa wana amani. Kwa mfano, kunao watu walio waaminifu katika ufalme wa Mungu, na matokeo yake ikawa ni kupokea baraka za kifedha. Kisha wakaacha kuomba na ari yao katika Mungu ikapoa. Ikiwa Mungu atawaacha jinsi walivyo, wanaweza kuishia mautini. Kwa hiyo, anaruhusu wajaribiwe ili hatimaye waweze kuwa na nia safi tena.

Sharti uzitupilie mbali dhambi zako, utende haki, na uwe chombo kifaacho machoni mwa Mungu kwa kutambua moyo wa Mungu anayeruhusu majaribu ya imani. Natumai kwamba utapokea baraka za ajabu alizokuandalia Mungu.

Wengine huenda wakasema, "Ningetaka kubadilika, lakini si rahisi hata ijapokuwa ninajaribu." Hata hivyo, anaweza kusema si kwa sababu ni vigumu sana kubadilika, lakini kwa sababu ya kukosa ari na mshawasha wa kubadilika moyoni mwake.

Ukilitambua neno la Mungu kiroho na kujaribu kubadilika kutoka ndani ya kilindi cha moyo wako, unaweza kubadilika kwa haraka kwa sababu Mungu anakupa neema na nguvu za kufanya hivyo. Roho Mtakatifu, bila shaka, hukusaidia humo njiani. Ukilijua neno la Mungu akilini mwako kama sehemu tu ya elimu lakini hulifuati, kwa kiasi kikubwa unaweza kuingiwa na kiburi na ukajidanganya, na hivyo itakuwa vigumu kwako kuokolewa.

Kwa hiyo, ninaomba katika jina la Bwana kwamba hutapoteza ari na furaha ya upendo wako wa kwanza, na endelea kufuata mapenzi ya Roho Mtakatifu ili uweze kujipatia mahali pazuri zaidi mbinguni.

Sura ya 8

Ufalme wa Pili wa Mbinguni

1. Kila Mmoja Atapewa Nyumba Nzuri
2. Ni Watu Wa Aina Gani Wataingia Katika Ufalme wa Pili?

*Nawasihi wazee walio kwenu,
mimi niliye mzee, mwenzi wao,
na shahidi wa mateso ya Kristo,
na mshirika wa utukufu utakaofunuliwa
baadaye;
lichungeni kundi la Mungu lililo kwenu,
na kulisimamia, si kwa kulazimishwa,
bali kwa hiari kama Mungu atakavyo;
si kwa kutaka fedha ya aibu, bali kwa moyo. 3
Wala si kama wajifanyao mabwana wa wale
walio chini ya utunzaji wao, bali iweni mifano
kwa lile kundi
Na Mchungaji mkuu atakapodhihirishwa,
mtalipokea taji la utukufu, lile lisilokauka.*

- 1 Petro 5:1-4 -

Kwa upande mwingine, haijalishi umesikia habari za mbinguni mara ngapi, hazitakusaidia ikiwa hutazithibitisha moyoni mwako, kwa sababu huwezi kuziamini. Kama vile ndege anavyodona mbegu zilivyopandwa njiani, ndivyo adui Shetani na ibilisi anavyolidona neno kuhusu mbinguni moyoni mwako (Mathayo 13:19).

Kwa upande mwingine, ukilisikia neno la Mungu kuhusu mbinguni na kulishika, unaweza kuishi maisha ya imani na matumaini na kuzaa matunda, moja thelathini, nyingine sitini, au hata mara mia ya mbegu iliyopandwa. Kwa kuwa unaweza kutenda sawa na neno la Mungu, unaweza si tu kutimiza wajibu wako bali pia unaweza kutakaswa na kuwa mwaminifu katika nyumba yote ya Mungu. Sasa Mbingu ya Pili ni mahali pa aina gani na ni watu wa aina gani huenda huko?

1. Kila Mtu Atapewa Nyumba Nzuri

Tayari nimeeleza kwamba wale wanaoenda Paradiso au Ufalme wa Kwanza ni wale waliookolewa kwa aibu kwa sababu kazi zao haziwezi kubaki wakati zinapojaribiwa kwa moto. Hata hivyo, wale wanaoenda kwenye Mbingu ya Pili wana imani inayopitia majaribu ya moto, na kupokea thawabu ambazo haziwezi kulinganishwa na zile zitakazotolewa Paradiso au Ufalme wa Kwanza, kulingana na haki ya Mungu inayomtuza mtu kulingana na kile alichopanda.

Kwa hiyo, ikiwa furaha ya yule aliyeenda kwenye Ufalme wa Kwanza italinganshwa na imani ya samaki aliyeko katika bakuli, basi imani ya yule aliyeenda katika Ufalme wa Pili inaweza kulinganishwa na furaha ya nyangumi katika bahari kubwa ya Pasifiki.

Sasa, hebu natuangalie zile sifa za Ufalme wa Pili, tukilenga sana nyumba na maisha ya huko.

Kila Mmoja Atapewa Nyumba Ya Ghorofa Moja

Nyumba za Ufalme wa Kwanza ni kama nyumba za kupanga, lakini wale wa Ufalme wa Pili wako katika nyumba zilizo peke yake za ghorofa moja. Nyumba zilizo katika Ufalme wa Pili haziwezi kulinganishwa na nyumba zozote katika dunia hii. Ni kubwa, nzuri, na zimepambwa kwa maua na miti.

Ukienda katika Ufalme wa Pili, hutapewa tu nyumba bali pia utapewa kitu kile unachokipenda sana. Ikiwa unataka kidimbwi cha kuogelea, utapewa kimoja kilichopambwa kwa dhahabu na kwa kila aina ya vito. Ikiwa unataka ziwa zuri, utapewa ziwa zuri. Ikiwa unapenda ukumbi, utapewa ukumbi. Ikiwa unapenda kutembea, utapewa barabara nzuri iliyojaa maua ya ajabu na mimea ambayo wanyama hupenda kucheza karibu nayo.

Hata hivyo, hata ikiwa unataka kupewa vitu vyote, kidimbwi cha kuogelea, ziwa, ukumbi, barabara na kadhalika, unaweza tu kupewa kitu kimoja unachopenda zaidi kati ya hivi. Kwa sababu kile anachopewa mtu ni tofauti katika Ufalme wa Pili, watu watakuwa wakitembeleana na kufurahia pamoja vile vitu walivyo navyo.

Ikiwa mtu aliye na ukumbi hana kidimbwi cha kuogelea na huku awe anapenda kuogelea, anaweza kwenda kwa jirani yake aliye na kidimbwi na kufurahia kuogelea huko. Huko mbinguni, watu wanahudumiana, na hawatahisi kusumbuliwa na hawatamkataa mgeni yeyote. Badala yake, watasisimka na kufurahi zaidi. Kwa hiyo ikiwa unataka kufurahia kitu, unaweza kuwatembelea majirani zako na kufurahia vile walivyo navyo.

Vivyo hivyo, Ufalme wa Pili ni mzuri zaidi kuliko Ufalme wa Kwanza katika hali zote. Hata hivyo, hauwezi kulinganishwa na Yerusalem Mpya. Hakuna malaika wanaomtumkikia kila mtoto wa Mungu. Ukubwa, uzuri, na fahari ya nyumba hizo ni tofauti, na vifaa vilivyotumika, rangi, na mng'ao wa vito vilivyotumiwa kupamba nyumba hizo ni tofauti pia.

Nembo Ya Mlango Iliyo Na Mwangaza Mzuri na Upendezao

Nyumba iliyo katika Ufalme wa Pili ni ya ghorofa moja na ina nembo ya chuma mlangoni. Ile nembo inaonyesha mmiliki wa nyumba hiyo ni nani, na wakati mwingine imeandikwa jina la kanisa alilokuwa akihudumu. Limeandikwa kwenye hiyo nembo ambayo inang'aa mwangaza mzuri na unaopendeza pamoja na lile jina la mmiliki lililoandikwa kwa herurfi za mbinguni ambazo zinafahana na Kiarabu au Kiebrania. Kwa hiyo watu walio katika Ufalme wa Pili wataona wivu na kusema, "Waa, hii ni nyumba ya fulani aliyekuwa akihudumu katika Kanisa la fulani!"

Kwa nini jina la kanisa litaandikwa? Mungu atafanya hivyo ili jina hilo liwe kitu cha kujivunia na utukufu kwa washirika waliotumikia kanisa ambalo litakuwa limejenga Hekalu Kubwa la kumpokea Bwana wakati wa Kurudi Kwake Mara ya Pili hewani.

Hata hivyo nyumba zilizoko katika Ufalme wa Tatu na Yerusalemu Mpya hazina nembo mlangoni.. Hakuna watu wengi katika falme hizo mbili, na kwa kupitia taa za kipekee na harufu nzuri inayotoka kwenye nyumba hizo, unaweza kutambua nyumba hizo ni za nani.

Kusikitika kwa Kutotakaswa Kikamilifu

Huenda wengine wakashangaa na kusema, "Inaonekana kutakuwa na usumbufu mbinguni, kwa maana hakuna nyumba za kibinafsi Paradiso, na katika Ufalme wa Pili watu wanaweza kumiliki kitu kimoja peke yake." Hata hivyo huko mbinguni, hakuna kitu chochote kitakachopungua au kuleta usumbufu.. Watu hawahisi usumbufu wowote kwa sababu wanaishi pamoja. Si wachoyo na vitu vyao. Watashukuru tu kwa kuweza kushiriki mali zao na wengine na kuona kushiriki huko kuwa chanzo cha furaha kubwa.

Pia, hawajisikitikii kwa kumiliki kitu kimoja tu au kuhisi wivu kwa kuwaona wengine wakiwa na vitu fulani. Badala yake, wakati wote wataguswa na kumshukuru Mungu Baba kwa kuwapa zaidi ya walivyostahili kupokea, na wakati wote watatosheka kwa furaha na msisimko usiobadilika.

Kitu kimoja tu kinachowasikitisha ni kwamba hawakujitahidi vya kutosha na hawakuwa wametakaswa kikamilifu walipoishi hapa duniani. Watasikitika na kuona aibu kusimama mbele ya Mungu kwa sababu hawakuuacha uovu wote uliokuwa ndani yao. Hata wakiwaona wale walioenda katika Ufalme wa Tatu au Yerusalemu Mpya, hawatawaonea wivu kwa kuwa wamepewa nyumba kubwa sana na thawabu zing'aazo, lakini watajisikitikia wenyewe kwa kutohakikisha wametakaswa kikamilifu..

Kwa kuwa Mungu ni mwenye haki, atahakikisha unavuna kile ulichopanda, na atakupa thawabu kulingana na matendo yako. Kwa hiyo, atampa mtu mahali na thawabu mbinguni kadri mtu huyo atakavyotakaswa na kuwa mwaminifu hapa duniani. Mungu atakupa thawabu nyingi kwa kutegemea kiwango ulichoishi kwa kulifuata neno la Mungu.

Ikiwa uliishi kikamilifu kulingana na neno la Mungu, atakupa asilimia 100 % ya vyote unavyovitamani mbinguni. Hata hivyo ikiwa hutaishi kikamilifu kulingana na neno la Mungu, atakupa thawabu kulingana na yale uliyotenda peke yake, lakini bado atakupa thawabu kwa utele.

Kwa hiyo, haijalishi utaingia sehemu gani mbinguni, utamshukuru Mungu wakati wote kwa kukupa zaidi ya yale uliyotenda hapa duniani na utaishi milele kwa furaha na bashasha.

Taji ya Utukufu

Mungu, anayewatuza watu kwa utele, atawapa taji isiyoharibika wale walio katika Ufalme wa Kwanza. Je, wale walio katika Ufalme wa Pili watapewa taji gani?

Hata ijapokuwa hawakutakaswa kikamilifu, walimpa Mungu utukufu kwa kutimiza wajibu wao. Kwa hiyo watapokea taji ya utukufu. Ukisoma 1 Petro 5:1-4, utaona kwamba taji ya utukufu ni thawabu inayopewa wale ambao wamekuwa mfano kwa wengine kwa kuishi maisha ya uaminifu kulingana na Neno la Mungu.

Nawasihi wazee walio kwenu, mimi niliye mzee, mwenzi wao, na shahidi wa mateso ya Kristo, na mshirika wa utukufu utakaofunuliwa baadaye; lichungeni kundi la Mungu lililo kwenu, na kulisimamia, si kwa kulazimishwa, bali kwa hiari kama Mungu atakavyo; si kwa kutaka fedha ya aibu, bali kwa moyo. Wala si kama wajifanyao mabwana wa wale walio chini ya utunzaji wao, bali iweni mifano kwa lile kundi. Na Mchungaji mkuu atakapodhihirishwa, mtalipokea taji la utukufu, lile lisilokauka.

Sababu inayofanya matini hiyo iseme, "taji la utukufu, lile lisilokauka" ni kwamba kila taji mbinguni ni la milele na halikauki. Utaweza kutambua kwamba mbinguni ni mahali pakamalifu ambapo kila kitu kinadumu milele na hakuna hata taji moja litakauka.

2. Ni Watu Wa Aina Gani Wataingia Katika Ufalme wa Pili?

Karibu na Seoul, mji mkuu wa Jamhuri ya Korea kuna miji mingine midogo midogo, na ndani ya miji hiyo mna miji midogo zaidi. Vivyo hivyo, huko mbinguni, karibu na Ufalme wa Tatu wa mbinguni ambako kuna Yerusalemu Mpya, kuna Ufalme wa Pili, Ufalme wa Kwanza na Paradiso..

Ufalme wa Kwanza ni mahali pa wale walio katika kiwango cha pili cha imani na wanaojaribu kuishi kulingana na neno la Mungu. Je, ni mtu wa aina gani atapaswa kwenda kwenye Ufalme wa Pili? Watu walio katika kiwango cha tatu cha imani wanaoweza kuishi kulingana na neno la Mungu, wataingia katika Ufalme wa Pili. Sasa tuangalie kwa kina ni watu wa ina gani huenda kwenye Ufalme wa Pili.

Ufalme wa Pili:
mahali pa Watu Ambao Hawakutakaswa Kikamilifu

Unaweza kwenda katika Ufalme wa Pili ikiwa unaishi kulingana na neno la Mungu na unatekeleza majukumu yako, lakini ukawa moyo wako haujatakaswa kikamilifu.

Ikiwa una sura nzuri, u mwerevu, na u mwenye hekima, bila shaka utatamani watoto wako wafanane nawe. Katika njia hiyo hiyo, Mungu, ambaye ni mtakatifu na mkamilifu, anapenda watoto wake wafanane naye. Anapenda apate watoto wanaompenda na kuzifuata amri zake –wanaozitii amri zake kwa sababu wanampenda, na si kana kwamba wanafanya hivyo kutumiza wajibu wao tu.. Kama vile unavyoweza kufanya jambo gumu sana ikiwa unampenda mtu, vivyo hivyo ikiwa unampenda Mungu moyoni mwako, unaweza kuzishika amri zake zote moyoni mwako kwa furaha.

Utazitii bila masharti na kwa furaha na moyo wa shukrani huku ukiweka kile anachotaka ukiweke, ukitupilia mbali kile anachokwambia ukitupilie mbali, na kutotenda kile alichokuamuru usitende, na kutenda kile anachokwambia utende. Hata hivyo, wale walio katika kiwango cha Tatu cha imani hawawezi kutenda kulingana na neno la Mungu huku wakiwa na furaha na shukrani mioyoni mwao, kwa sababu bado hawajakifikia kiwango hiki cha upendo.

Katika Biblia, kuna kazi za mwili (Wagalatia:19-21), na tamaa za mwili (Warumi 8:5). Ukiutenda ule uovu ulio moyoni mwako, hiyo huitwa kazi za mwili. Asili za dhambi ulizo nazo moyoni mwako ambazo hazijaonyeshwa nje, zinaitwa tamaa za mwili.

Wale walio katika kiwango cha tatu cha imani tayari wamekwisha zitupilia mbali kazi zote za mwili ambazo zinaonekana nje, lakini bado wana tamaa za mwili mioyoni mwao. Wanaweka kile Mungu anachowaamrisha waweke, wanatupa kile Mungu anachowaambia watupe, hawatendi yale waliyokatazwa na Mungu, na wanatenda kile Mungu anachowaamrisha kutenda. Hata hivyo, uovu mioyoni mwao haujatolewa wote.

Vivyo hivyo, ukitekeleza majukumu yako kwa moyo wako huku ukiwa hujatakaswa kabisa, utaenda katika Ufalme wa Pili. "Kutakaswa" kunamaanisha ile hali ambayo huwa umetupilia mbali aina zote za uovu na umebaki tu na wema moyoni mwako.

Mwa mfano, tuseme kuna mtu unayemchukia. Sasa umelisikiliza neno la Mungu, linalosema, "Usimchukie," na kujaribu kutomchukia. Matokeo yake ni kuwa sasa humchukii. Hata hivyo ikiwa humpendi kwa kweli moyoni mwako, bado wewe hujatakaswa.

Kwa hiyo, ili uweze kukua na kukifikia kipimo cha nne cha imani kutoka cha Tatu, ni muhimu kujitahidi kuzitupilia mbali dhambi zako kufikia kiwango cha kumwaga damu..

Watu Watakapokuwa Wametimiza Majukumu Yao Kwa Neema ya Mungu

Ufalme wa Pili ni mahali pa wale ambao hawajakamilisha utakaso kamili wa mioyo yao, lakini walitekeleza majukumu yao waliyopewa na Mungu. Hebu tuangalie aina ya watu watakaoenda Ufalme wa Pili kwa kutumia kisa cha mshirika mmoja aliyeaga dunia akiwa anahudumu katika kanisa la Manmin Joong-ang(Central).

Alikuja na mumewe katika Kanisa Kuu la Manmin mwaka ule kanisa lilipoanzishwa. Alikuwa anaugua ugonjwa mbaya sana, lakini akapona baada ya kumwombea, na watu wa famili yake wakaokoka. Wakakomaa katika imani, na yule dada akaja kuwa shemasi mkubwa, mumewe akawa mzee wa kanisa, na watoto wao wakakua na wanamtumikia Mungu, mmoja akiwa ni mchungaji, mwingine ni mke wa mchungaji na mwingine ni mmisionari wa mziki wa sifa.

Hata hivyo, alishindwa kutupilia mbali kila aina ya uovu na kutekeleza kazi yake vizuri, lakini akatubu kwa neema ya Mungu, akamaliza kazi yake vizuri, na akaaga dunia. Mungu akanijulisha kwamba huyo angekaa katika Ufalme wa Pili wa mbinguni na akaniwezesha kuwasiliana naye kiroho.

Alipoenda mbinguni, kitu kilichomsikitisha zaidi ni kwamba hakuwa amezitupilia mbali dhambi zake zote ili aweze kutakaswa kikamilifu, na ikizingatiwa kwamba hakuwa amefanya ungamo la shukrani kutoka moyoni mwake kwa mchungaji wake aliyemuombea ili apone na kumwongoza kwa upendo.

Pia, alikuwa amefikiria kwamba kwa vile alikuwa ametimiza mengi kwa imani yake, jinsi alivyomtumikia Bwana, na maneno aliyonena kwa kinywa chake, basi angekuwa ameenda katika

Ufalme wa Kwanza. Hata hivyo, alipokuwa hana muda mwingi hapa duniani, kupitia kwa maombi ya upendo ya mchungaji wake na matendo yake yaliyompendeza Mungu, imani yake ilikua kwa haraka na akaweza kuingia katika Ufalme wa Pili.

Imani yake kwa kweli ilikua kwa haraka kabla hajaaga dunia. Alitumia muda mwingi kuomba, na kusambaza maelfu ya barua katika eneo lake. Hakujiangalia yeye mwenyewe, bali alimtumikia Mungu kwa uaminifu.

Aliniambia habari za nyumba yake ambamo alikuwa ataishi huko mbinguni. Alisema kwamba, ijapokuwa ni nyumba ya ghorofa moja, imepambwa vizuri kwa maua na miti, na ni kubwa sana na nzuri sana kiasi kwamba haiwezi kulinganishwa na nyumba yoyote duniani.

Kwa kweli ukilinganisha na nyumba zilizo katika Ufalme wa Tatu au Yerusalemu Mpya, ni kama nyumba iliyoezekwa kwa nyasi, lakini alishukuru sana na kuridhika kwa sababu hakustahili kupewa nyumba hiyo. Alitaka kuwasilisha ujumbe ufuatao kwa familia yake ili waweze kuwenda Yerusalemu Mpya.

"Mbinguni kumegawanywa kwa usahihi kabisa. Utukufu na mwangaza ni tofauti kila mahali, kwa hiyo ninawahimiza na kuwatia moyo tena na tena waingie Yerusalemu Mpya. Ningependa kuwaambia watu wa familia yangu ambao wangali duniani kwamba itakuwa aibu sana mtu akiwa hatazitupilia mbali dhambi zake zote, maana atakapokutana na Mungu Baba mbinguni, itakuwa aibu sana. Thawabu anazotoa Mungu kwa wale wanaoenda Yerusalemu Mpya na ukubwa wa nyumba, vinamfanya mtu ahisi wivu, lakini ningependa kuwaambia kwamba inasikitisha na ni aibu sana kutotupilia mbali kila aina ya uovu mbele za Mungu. Ningependa kutuma ujumbe huu kwa familia yangu ili watupilie mbali kila aina ya uovu na waingie kwenye sehemu tukufu za Yerusalemu Mpya."

Kwa hiyo, ninawahimiza mtambue jinsi ilivyo muhimu na jambo la thamani kuutakasa moyo wako na kuyatoa maisha yako ya kila siku kwa ajili ya ufalme na haki ya Mungu huku mkiwa na matumaini ya mbinguni, ili mweze kuingia Yerusalemu Mpy kwa nguvu.

Watu Ni Waaminifu Katika Kila Kitu lakini Wasiokuwa Watiifu Kwa Sababu ya Mtazamo wa Makosa wa Haki

Sasa, hebu natuangalie kisa cha mshirika mwingine aliyempenda Bwana na kufanya kazi yake kwa uaminifu, lakini hakuweza kwenda katika Ufalme wa Tatu kwa sababu ya upungufu fulani wa imani yake.

Alikuja katika kanisa letu Kuu la Manmin kwa sababu mmewe alikuwa anaugua, na akawa mshirika mwenye bidii sana. Mumewe alikuwa akiletwa kanisani kwa machela, lakini maumivu yakaisha na akaweza kusimama na kutembea. Hebu fikiria jinsi alivyofurahi na kushukuru! Wakati wote alimshukuru Mungu aliyekuwa ameuponya ugonjwa wa mumewe na pia akamshukuru mchungaji aliyemuombea kwa upendo. Alikuwa mwaminifu wakati wote. Aliombea ufalme wa Mungu, na aliomba huku akimshukuru mchungaji wake wakati wote wakati alipokuwa anatembea, ameketi au amesimama, hata alipokuwa jikoni akipika.

Pia, kwa sababu aliwapenda ndugu katika Kristo, aliwafariji wengine badala ya yeye kufarijiwa, aliwatia moyo na kuwatunza waamini wengine. Alitaka tu kuishi kulingana na neno la Mungu na akajaribu kutupilia mbali dhambi zake zote kufikia kiwango cha kumwaga damu. Hakuwa na wivu au kutamani mali za dunia bali alitumia muda wake kuwahubiria injili majirani zake.

Kwa sababu alikuwa mwaminifu sana kwa ufalme wa Mungu, moyo wangu ulisukumwa na Roho Mtakatifu nilipoona uaminifu wake na nikamuomba achukue jukumu la ibada yangu ya kanisa. Nilikuwa na imani kwamba ikiwa atatenda kazi yake kwa uaminifu, basi watu wote wa familia yake, akiwemo mumewe watakuja kuwa na imani ya kiroho.

Hata hivyo, hangeweza kutii kwa sababu aliangalia hali yake na akajawa na mawazo ya kimwili. Muda mfupi baadaye akaaga dunia. Nilivunjika moyo, na nilipokuwa nikimwomba Mungu, niliweza kumsikia kupitia kwa mawasiliano ya kiroho akiungama dhambi zake.

"Hata nikitubu na kutubu kosa la kutomtii mchungaji, saa haziwezi kurudi nyuma. Kwa hiyo ninaombea tu ufalme wa Mungu na mchungaji zaidi na zaidi. Jambo moja ambalo sina budi kuwaambia ndugu zangu wapendwa ni kwamba kile anachosema mchungaji, ndiyo mapenzi ya Mungu. Kutotii mapenzi ya Mungu ndiyo dhambi kubwa zaidi, na pamoja na hiyo, hasira ni dhambi nyingine kubwa. Kwa sababu hiyo, watu wanakumbwa na matatizo, na nilipongezwa kwa kutokasirika, lakini kwa kuwa mnyenyekevu, na kulenga kutii kwa moyo wangu wote, nimekuwa mtu ninayempigia debe Bwana. Siku ile nitakayowapokea ndugu zangu wapendwa inakaribia. Ni matumaini yangu kwamba ndugu zangu wana nia safi na hawakosi chochote, ili pia nao waisubiri siku hii kwa hamu."

Alisema mambo mengi zaidi ya haya, na akaniambia kwamba sababu iliyomfanya asiweze kwenda katika Ufalme wa Tatu ilikuwa nikukosa kutii kwake.

"Nilikuwa na mambo fulani ambayo nilikosa kuyatii hadi nilipofika katika ufalme huu. Wakati mwingine nilisema, 'La, La, La,' wakati nilipokuwa nikisikiza jumbe. Sikutekeleza wajibu wangu vizuri. Kwa sababu nilifikiria nitaweza kutekeleza wajibu wangu wakati hali yangu itakapobadilika na kuwa bora zaidi, nilitumia mawazo yangu ya kimwili. Nilifanya kosa kubwa machoni mwa Mungu."

Pia alisema aliwaonea wivu wachungaji na wale waliotunza pesa za kanisa kila mara alipowaona, alifikii kwamba thawabu zao mbinguni zingekuwa kubwa sana. Hata hivyo, aliungama kwamba alipokwenda mbinguni, hivyo sivyo ilivyokuwa.

"La! La! La! Ni wale tu wanatenda kulingana na neno la Mungu ndio watakaopokea thawabu kubwa na baraka. Ikiwa viongozi watafanya makosa, itakuwa dhambi kubwa zaidi kushinda mshirika wa kawaida akitenda kosa. Lazima waombe zaidi. Viongozi sharti wawe waaminifu zaidi. Lazima wafundishe vizuri zaidi. Sharti wawe na uwezo wa kung'amua. Ndiposa imeandikwa katika moja ya Injili Nne, kwamba kipofu hawezi kumwongoza kipofu mwenziwe. Maana ya maneno haya ni kwamba 'Walimu wasiwe wengi" Mtu atabarikiwa ikiwa atafanya bidii katika nafasi yake. Sasa, siku ile tutakayokutana kama wana wa Mungu katika ufalme wa milele inakaribia. Kwa hiyo, kila mtu sharti atupilie mbali kazi za mwili, awe mwenye haki, na awe na sifa zifaazo kama bibi harusi wa Bwana, asiwe na aibu yoyote wakati atakaposimama mbele za Mungu."

Kwa hiyo, sharti utambue jinsi ilivyo muhimu kutii, si tu kama jukumu lako, bali kutii kwa sababu ya furaha moyoni mwako na kwa upendo wako kwa Mungu, na uutakase moyo wako. Isitoshe, usiwe tu mshirika kanisani, lakini jichunguze vizuri ujue ni aina gani ya ufalme wa mbinguni unaoweza kuingia endapo Baba ataitaka nafsi yako leo.

Sharti ujaribu kuwa mwaminifu katika kazi zako zote na uishi kulingana na neno la Mungu, ili uweze kutakaswa kabisa na uwe na sifa zifaazo tayari kuingia Yerusalemu Mpya.

Katika 1 Wakorintho 15:41 inatuambia kwamba utukufu atakaopokea kila mtu mbinguni ni tofauti. Inasema, "Kuna fahari moja ya jua, na fahari nyingine ya mwezi, na fahari nyingine ya nyota; maana iko tofauti ya fahari hata kati ya nyota na nyota."

Wale wote waliookolewa watafurahia uzima wa milele mbinguni. Hata hivyo, wengine watakaa Paradiso na wengine watakaa Yerusalemu Mpya, kila mtu atapewa mahali kulingana na kiwango chake cha imani. Tofauti katika utukufu ni kubwa sana hivi kwamba haiwezi kuelezeka.

Kwa hiyo, ninaomba katika jina la Bwana kwamba hutabaki katika imani ili uokolewe tu, lakini kama mkulima aliyeuza mali zake zote kununua shamba ili achimbue hazina, wewe nawe ishi kulingana na neno la Mungu kabisa na utupilie mbali aina zote za uovu ili uweze kuingia Yerusalemu Mpya na ukae katika utukufu unaong'aa huko kama jua.

Sura ya 9

Ufalme Wa Tatu wa Mbinguni

1. Malaika Humtumikia Kila Mtoto wa Mungu
2. Ni Watu Aina Gani Huenda Katika Ufalme wa Tatu?

*Heri mtu astahimiliye majaribu;
kwa sababu akiisha kukubaliwa
ataipokea taji ya uzima,
Bwana aliyowaahidia wampendao.*

- Yakobo 1:12 -

Mungu ni Roho, na yeye ndiye wema, mwangaza, na upendo wenyewe. Ndiposa anataka watoto wake watupilie mbali dhambi zote na aina zote za uovu. Yesu, aliyekuja hapa duniani katika mwili wa mwanadamu, hana ila kwa sababu yeye ni Mungu mwenyewe. Kwa hiyo unapaswa kuwa mtu wa aina gani ndipo uweze kuwa bibi harusi atakayempokea Bwana?

Ili uweze kuwa mtoto wa kweli wa Mungu na bibi harusi wa Bwana atakayeshiriki upendo wa kweli wa Mungu milele, sharti ufanane na moyo mtakatifu wa Mungu na ujitakase kwa kutupilia mbali kila aina ya uovu.

Ufalme wa Tatu wa mbinguni ambapo ni mahali kwa aina hii ya watoto wa Mungu walio watakatifu na wanaofanana na moyo wa Mungu, ni tofauti sana na Ufalme wa Pili. Kwa sababu Mungu anachukia uovu na anapenda wema sana, huwashughulikia watoto wake waliotakaswa kwa njia ya kipekee. Basi, Ufalme wa Tatu ni mahali pa aina gani na unapaswa kumpenda Mungu jinsi gani ndipo uweze kwenda huko?

1. Malaika Humtumikia Kila Mtoto Wa Mungu

Nyumba zilizo katika Ufalme wa Tatu ni nzuri zaidi na zinang'aa zaidi kushinda nyumba za ghorofa moja zilizo katika Ufalme wa Pili, huwezi kuzilinganisha. Zimepambwa kwa aina nyingi za vito na zina vifaa vyote ambavyo mmiliki angependa kuwa navyo.

Zaidi ya hayo, kutoka Ufalme wa Tatu na kuendelea, watu watapewa malaika wa kuwahudumia, nao watampenda na kumhudumia kwa vitu vizuri tu.

Malaika Wakiwahudumia Watu Kibinafsi

Katika Waebrania 1:14 Biblia inasema, "Hao wote si roho watumikao, wakitumwa kuwahudumia wale watakaourithi wokovu?" Malaika ni viumbe wa kiroho. Wanafanana na wanadamu katika umbo kama viumbe wa Mungu, lakini hawana nyama na mifupa, na hawaoani wala kufa. Hawana silika kama wanadamu, lakini maarifa yao na nguvu zao ni nyingi kushinda wanadamu (2 Petro 2:11).

Kama Waebrania 12:22 iongeavyo juu ya maelfu na maelfu ya malaika, kuna malaika wengi wasiohesabika mbinguni. Mungu ameweka mpangilio na vyeo miongoni mwa malaika, amewapa kazi mbalimbali, na kuwapa mamlaka tofauti tofauti kulingana na kazi zao.

Kwa hiyo kuna tofauti miongoni mwa malaika kama vile, malaika, jeshi la mbinguni, na malaika mkuu. Kwa mfano, Gabrieli, ambaye hutumika kama mtumishi wa umma, hukujia na majibu ya maombi yako au mipango ya Mungu na mafunuo (Danieli 9:21-23; Luka 1:19, 1:26-27). Malaika mkuu Mikaeli ambaye ni kama afisa wa kijeshi, ndiye mhudumu wa jeshi la mbinguni. Anadhibiti vita dhidhi ya pepo, na wakati mwingine yeye mwenyewe hupigana na maeneo ya vita vya giza (Danieli 10:13-14, 10:21; Yuda 1:9; Ufunuo 12:7-8).

Miongoni mwa malaika hawa, kuna malaika wanaotumikia bwana zao kibinafsi. Huko Paradiso, Ufalme wa Kwanza na Ufalme wa Pili, kuna malaika ambao wakati mwingine huwasaidia wana wa Mungu, lakini hakuna malaika yeyote ambaye huwatumikia bwana wao kisiri au kibinafsi. Kunao malaika ambao kazi yao haswa ni kutunza nyasi, au barabara zenye maua, au mali za umma kuhakikisha kwamba hakuna usumbufu wowote, na pia kuna malaika ambao kazi yao ni kuwasilisha ujumbe.

Lakini, kwa wale walio katika Ufalme wa Tatu au Yerusalemu Mpya, hupewa malaika wa kibinafsi kwa sababu wamempenda Mungu na kumpendeza sana. Pia, idadi ya malaika itakayotolewa itakuwa tofauti kulingana na kiwango cha jinsi mtu anavyofanana na Mungu na amempendeza kwa kumtii.

Ikiwa mtu ana nyumba kubwa katika Yerusalemu Mpya,

atapewa malaika wengi wasiohesabika, kwa sababu inamaanisha huyo mwenye nyumba hiyo anafanana na moyo wa Mungu na amewaelekeza wengi kwenye wokovu. Kutakuwa na malaika wanaotunza nyumba, wengine ambao wanatunza vifaa na vitu vinavyotolewa kama thawabu, na malaika wengine watawatumikia bwana zao kibinafsi. Kutakuwa na malaika wengi sana.

Ukienda katika Ufalme wa Tatu, hutakuwa na malaika wanakutumikia kibinafsi tu, bali pia utakuwa na malaika wanaoitunza nyumba yako, na wengine wanaowakaribisha na kuwasaidia wageni. Pia utamshukuru Mungu sana ikiwa utaingia katika Ufalme wa Tatu kwa sababu Mungu atakuruhusu utawale milele huku ukitumikiwa na malaika ambao Mungu atakupatia kama thawabu.

Nyumba Nzuri Ya Kibinafsi na Yenye Ghorofa Nyingi

Katika nyumba zilizo katika Ufalme wa Tatu ambazo zimepambwa kwa maua mazuri na miti yenye harufu nzuri, kuna bustani na maziwa. Katika maziwa hayo kuna samaki wengi, na watu wanaweza kupiga gumzo nao na kuwaonyesha upendo. Pia, malaika hupiga mziki mzuri sana, na watu wanaweza kumsifu Mungu Baba pamoja nao.

Tofauti na wakaazi wa Ufalme wa Pili ambao huruhusiwa kumiliki kitu kimoja pekee wanachopenda, watu wa Ufalme wa Tatu wanaweza kumiliki chochote watakacho kama vile uwanja wa golfu, kidimbwi cha kuogelea, ziwa, mahali pa kufanyia matembezi, ukumbi na kadhalika. Kwa hiyo, hawana haja ya kwenda kwa majirani kufurahia kitu ambacho hawana, na wanaweza kujifurahisha wakati wowote wakitaka.

Nyumba za Ufalme wa Tatu, ni majengo yenye ghorofa nyingi na ni nzuri sana, ni kubwa, na zenye nafasi kubwa. Zimepambwa vizuri sana hivi kwamba hakuna bilionea katika dunia hii anaweza kuigiza mtindo huo.

Kusema kweli, hakuna nyumba katika Ufalme wa Tatu iliyo na nembo mlangoni. Watu wanajua nyumba ni ya nani hata bila kutumia nembo ya mlangoni kwa sababu, harufu ya kipekee inayodhihirisha moyo safi na mzuri wa bwana huenea kutoka humo nyumbani. Nyumba zilizo katika Ufalme wa Tatu zina harufu tofauti tofauti na mng'ao tofauti wa taa. Kadri bwana mwenye nyumba anavyofanana na moyo wa Mungu, ndivyo harufu itakavyokuwa nzuri zaidi na mng'ao kuwa mkali zaidi.

Pia, katika Ufalme wa Tatu, watu watapewa wanyama na ndege wapenzi, ni wazuri na wenye kung'aa na wapendezao kushinda wale wa Ufalme wa Kwanza au wa Pili. Isitoshe, watu watapewa gari za mawingu za matumizi ya umma, na watu wataweza kutembea kila mahali mbinguni jinsi wapendavyo.

Kama inavyoelezwa katika Ufalme wa Tatu, watu wataweza kuwa na kila kitu wakitakacho na kutenda kila kitu. Maisha katika Ufalme wa Tatu hayawezi kufikirika.

Taji ya Uzima

Katika Ufunuo 2:10, kuna ahadi ya "taji ya uzima" itakayopewa wale ambao wamekuwa waaminifu kufikia kiwango cha kufa kwa ajili ya ufalme wa Mungu.

Usiogope mambo yatakayokupata; tazama, huyo Ibilisi atawatupa baadhi yenu gerezani ili mjaribiwe, nanyi mtakuwa na dhiki siku kumi. Uwe mwaminifu hata kufa, nami nitakupa taji la uzima.

Kile kirai kisemacho "uwe mwaminifu hata kufa" kinarejea si kuwa mwaminifu tu kwa imani ya kuwa mfia dini, bali pia kutokukubaliana na mambo ya ulimwengu na badala yake kuwa mtakatifu kabisa kwa kutupilia mbali dhambi zote kufikia kiwango cha kumwaga damu. Mungu huwapa thawabu za taji ya uzima wale wote wanaoingia Ufalme wa Tatu kwa sababu wamekuwa waaminifu kufikia kiwango cha kufa na wameshinda aina zote za majaribu na mateso (Yakobo 1:12).

Watu wa Ufalme wa Tatu watakapotembelea Jerusalemu Mpya, wataweka alama ya mviringo pembeni mwa taji ya uzima. Watu wa Paradiso, Ufalme wa Kwanza au Ufalme wa Pili watakapotembelea Yerusalemu Mpya, wataweka alama upande wa kushoto wa kifua. Katika njia hii, unaweza kuona jinsi utukufu ulivyo tofauti kwa wale walio katika Ufalme wa Tatu.

Hata hivyo, watu wa Yerusalemu Mpya wako chini ya utunzaji wa Mungu, kwa hiyo hawahitaji alama yoyote kujitambulisha. Wanashughulikiwa kwa njia ya kipekee kama watoto wa kweli wa Mungu.

Nyumba za Yerusalemu Mpya

Nyumba zilizo katika Ufalme wa Tatu ni tofauti na zile za Yerusalemu Mpya katika ukubwa, uzuri, na utukufu.

Kwanza kabisa, ukisema nyumba ndogo kabisa Yerusalemu Mpya ni 100, nyumba iliyoko katika Ufalme wa Tatu ni 60. Kwa mfano, ikiwa nyumba ndogo kabisa katika Yerusalemu Mpya ina ukubwa wa futi 100,000 mraba, nyumba ya Ufalme wa Tatu itakuwa futi 60,000 mraba.

Hata hivyo, ukubwa wa nyumba za kibinafsi ni tofauti kwa sababu inategemea haswa bwana mwenye nyumba alifanya kazi kuziokoa nafsi nyingi kama alivyoweza na kujenga kanisa la Mungu. Kama Yesu anavyosema katika Mathayo 5:5, "Heri wenye upole, mana hao watairithi nchi," kutegemea na idadi ya nafsi alizoleta mbinguni kwa upole yule mwenye nyumba, ndivyo ukubwa wa nyumba yake atakamoishi itakavyokuwa.

Kwa hiyo kuna nyumba nyingi zenye ukubwa wa zaidi ya futi elfu kumi mraba katika Ufalme wa Tatu na katika Yerusalemu Mpya, lakini hata nyumba kubwa zaidi katika Ufalme wa Tatu ni ndogo zaidi kushinda zile za Yerusalemu Mpya. Mbali na ukubwa, umbo, uzuri, na vito vya mapambo ni tofauti vile vile. Huko Yerusalemu Mpya, kuna vito kumi na viwili kwa ajili ya msingi, na pia kuna vito vingine vingi na vizuri. Kuna vito vikubwa sana na vyenye rangi nzuri. Kuna aina nyingi za vito ambavyo hata huwezi kuvipa majina vyote, na baadhi ya vito hivyo hung'aa mara mbili au mara tatu ya taa za kawaida.

Pia kuna vito vingi katika Ufalme wa Tatu. Hata hivyo, licha ya kwamba ziko aina nyingi, vito vya Ufalme wa Tatu haviwezi kulinganishwa na vile vya Yerusalemu Mpya. Hakuna vito vinavyong'aa mara mbili zaidi au tatu ya vile vya Ufalme wa Tatu. Vito vya Ufalme wa Tatu vina taa nzuri zaidi ikilinganishwa na vile vya Ufalme wa Kwanza na wa Pili, lakini ni vito vya kawaida na vya kimsingi tu, na hata aina moja ya vito si vizuri sana kushinda vile vya Yerusalemu Mpya.

Ndiposa watu wa Ufalme wa Tatu, wanaokaa nje ya Yerusalemu Mpya uliojaa utukufu wa Mungu, huuangalia na kutamani kukaa huko milele na milele.

"Laiti ningelitia bidii zaidi na
Kuwa mwaminifu katika nyumba ya Mungu..."
"Laiti Baba angeliniita kwa jina langu mara moja tu..."
"Laiti ningealikwa mara nyingine tena..."

Kuna furaha na uzuri usiolezeka katika Ufalme wa Tatu, lakini hivyo haviwezi kulinganishwa na Yerusalemu Mpya.

2. Ni Watu Aina Gani Huenda Katika Ufalme wa Tatu?

Ukifungua moyo wako na kumpokea Yesu Kristo kama mwokozi wako, Roho Mtakatifu huja na kukufundisha juu ya dhambi, haki, na hukumu, na kukufanya uujue ukweli. Unapolitii neno la Mungu, unapoutupilia mbali uovu wote na kutakaswa, umefikia kiwango cha nafsi yako kuendelea vizuri–kuwa katika kiwango cha nne cha imani. Wale wanaokifikia kiwango cha nne cha imani, humpenda Mungu sana na Mungu naye huwapenda na huingia katika Ufalme wa Tatu. Basi, ni nani haswa ana imani ambayo kwayo anaweza kuingia katika Ufalme wa Tatu?

Kutakaswa Kwa Kutupilia Mbali Kila Aina ya Uovu

Katika nyakati za Agano la Kale, watu hawakupokea Roho Mtakatifu. Kwa hiyo, hawakuweza kutupilia mbali zile dhambi ambazo zilikuwa zilikuwa katika kilindi cha mioyo yao kwa nguvu zao wenyewe. Ndiposa walifanya tohara ya kimwili, na ikiwa uovu haukujitokeza katika matendo, walichukulia kwamba hawajatenda dhambi. Hata ikiwa mtu aliwaza kumuua mtu, hiyo haikuchukuliwa kuwa dhambi alimradi wazo halikuzaa kitendo. Dhambi kwao ilikuwa ni kutekeleza kile mtu alichowaza.

Hata hivyo, wakati wa Agano Jipya, ikiwa ulimpokea Bwana Yesu Kristo, Roho Mtakatifu huingia moyoni mwako. Moyo wako usipotakaswa, huwezi kuingia katika Ufalme wa Tatu. Hii ni kwa sababu huwezi kuutahiri moyo wako kwa msaada wa Roho Mtakatifu.

Kwa hiyo, unaweza kuingia katika Ufalme wa Tatu tu endapo utatupilia mbali kila aina ya uovu kama vile chuki, uzinzi, ulafi na kadhalika, na kisha kutakaswa. Basi, mtu aliyetakaswa ni mtu wa aina gani? Ni yule mtu aliye na upendo wa kiroho uliotajwa katika 1 Wakristo 13, matunda tisa ya Roho Mtakatifu katika Wagalatia 5, na Hotuba ya Mlimani katika Mathayo 5, na anayefanana na utakatifu wa Bwana.

Bila shaka, haimaanishi kwamba yuko katika kiwango kimoja na Bwana. Haijalishi mwanadamu atatupilia mbali dhambi zake kwa kiasi gani, kiwango chake ni tofauti sana na kile cha Mungu, ambaye ndiyo chanzo cha nuru.

Kwa hiyo, ili uweze kuutakasa moyo wako, sharti kwanza

uandae mchanga wenye rotuba moyoni mwako. Kwa maneno mengine, sharti uufanye moyo wako kuwa mchanga mzuri kwa kutotenda yale yaliyokatazwa na Biblia na kwa kutupilia mbali kile unachoamrishwa na Biblia ukitupilie mbali. Ukifanya hivyo, ndipo utaweza kuzaa matunda mema kadri mbegu zinavyopandwa. Kama vile mkulima anavyopanda mbegu baada ya kulisafisha shamba lake, vivyo hivyo mbegu zilizopandwa ndani yako zitachipuka, zitanawiri, na kuzaa matunda. Hiyo itafanyika tu baada ya kutenda kile ambacho Mungu anasema utende na kuweka kile anachosema uweke.

Kwa hiyo, utakaso unarejea ile hali ambapo mtu husafishwa na Roho Mtakatifu kutokana na dhambi za asili na zile alizotenda mwenyewe. Hii hufanyika wakati amezaliwa mara ya pili kwa maji na Roho Mtakatifu kwa kuziamini nguvu za ukombozi ya Yesu Kristo. Kusamehewa dhambi zako kwa kuamini damu ya Yesu Kristo ni tofauti na kuzitupilia mbali asili za dhambi ndani yako kwa msaada wa Roho Mtakatifu kupitia kwa kuomba kwa bidii na pia kwa kufunga.

Kumpokea Yesu Kristo na kuwa mwana wa Mungu hakumaanishi dhambi zote moyoni mwako zimeondolewa kabisa. Bado una uovu kama vile chuki, kiburi, na kadhalika ndani yako, na hiyo ndiyo sababu mchakato wa kutafuta uovu kwa kusikiliza neno la Mungu na kupigana nao kufikia kiwango cha kumwaga damu ni muhimu (Waebrania 12:4).

Hivi ndivyo unavyoweza kuzitupilia mbali kazi za mwili na na kuendelea mbele kuufikia utakaso. Kiwango kile ambacho umetupilia mbali si tu matendo ya mwili, bali pia tamaa za mwili moyoni mwako, ndicho kiwango cha nne cha imani, yaani hali ya kutakaswa.

Kwa nini Mungu Aliruhusu Majaribu Makali Yamfike Ayubu?

Kupitia Yakobo 1:12, unaweza kuona kwamba Mungu wakati

mwingine anaruhusu majaribu na kukuongoza ili ufikie kiwango cha kutakaswa.

Heri mtu astahimiliye majaribu; kwa sababu akiisha kukubaliwa ataipokea taji la uzima, Bwana aliyowaahidia wampendao.

Ayubu katika Agano la Kale alikuwa mwenye haki kiasi cha kutambuliwa na Mungu kama mtu aliyekuwa mkamilifu na mwelekevu, alimcha Mungu na kuepukana na uovu (Ayubu 1:1). Siku moja, alipitia majaribu. Alipoteza watoto wake wote na utajiri wake wote. Ayubu hakulalamika kamwe, lakini alimshukuru Mungu na kumpa utukufu.

Hata hivyo, yale majaribu yalipoendelea, alianza kulalamika mbele za Mungu, akisema, "Nimekuwa mwenye haki na kumcha Mungu. Mbona Mungu ananipa mateso haya?"

Basi, kwa nini Mungu aliruhusu majaribu haya yamfike Ayubu, ambaye alisemekana kuwa mwenye haki? Kama vile fundi anavyotaka vito vyake vitengenezwe na kuwa safi na vikamilifu, Mungu alitaka kumuunda Ayubu awe chombo kizuri zaidi kupitia kwa majaribu haya.

Hata Ayubu aliyekuwa mwenye haki na mwelekevu, bado alikuwa na dhambi katika asili yake ambazo yeye mwenyewe hakuzijua. Kwa hiyo Mungu aliruhusu majaribu yampate ili yamtakase kabisa. Baada ya hapo, Mungu alimbariki Ayubu maradufu ya vile alivyokuwa navyo awali kabla hajathibitishwa.

Kutakaswa Tu Baada Ya Kutupilia Mbali Dhambi Katika Asili Yako

Basi, dhambi zilizo katika asili ya mtu ni gani? Ni zile dhambi ambazo zimepokezwa kupitia mbegu za maisha za wazazi tangu kuasi kwa Adamu. Kwa mfano, unaweza kuona kwamba mtoto mchanga ambaye hata hajafikisha mwaka mmoja, ana akili ya uovu. Ijapokuwa mama yake hajamfundisha maovu kama vile chuki au wivu, anaweza kukasirika na kutenda matendo maovu ikiwa mama yake atamnyonyesha mtoto wa jirani. Na ikiwa huyo mtoto wa jirani hataacha kunyonyeshwa, anaweza kujaribu kumsukuma huyo mtoto wa jirani, na kuanza kulia, huku akiwa amejawa na hasira.

Vivyo hivyo, sababu inayomfanya hata mtoto mdogo kutenda matendo maovu, hata ijapokuwa hajajifunza mambo hayo mbeleni, ni kwamba kuna dhambi katika asili yake. Pia, dhambi za kujitendea mwenyewe, ni dhambi zinazodhihirishwa katika matendo ya nje kufuatana na tamaa za dhambi moyoni mwako.

Ikiwa umetakaswa kutokana na dhambi za awali, bila shaka dhambi ulizotenda mwenyewe zitatupiliwa mbali kwa sababu mzizi wa dhambi utakuwa umeng'olewa. Kwa hiyo, kuzaliwa tena kiroho ndio mwanzo wa utakaso, na utakaso ndio ukamilifu wa kuzaliwa upya kiroho. Kwa hiyo, ukiwa umezaliwa mara ya pili, ni matumaini yangu kwamba utaishi maisha ya ufanisi ya Kikristo ili ukamilishe utakaso.

Ikiwa kweli unapenda kutakaswa na upate tena ule mfano wa Mungu uliopoteza, na ujitahidi, basi utaweza kuzitupilia mbali dhambi za asili yako kwa neema na nguvu za Mungu. na kwa msaada wa Roho Mtakatifu. Ni matumaini yangu kwamba utafanana na moyo mtakatifu wa Mungu kama anavyokuhimiza, "Mtakuwa watakatifu kwa kuwa mimi ni mtakatifu" (1 Petro 1:16).

Kutakaswa Lakini Kutokuwa Mwaminifu Kikamilifu Katika Nyumba Yote ya Mungu

Mungu ameniruhusu kuwa na mawasiliano ya kiroho na mtu aliyeaga dunia, na anafaa kuingia katika Ufalme wa Tatu. Lango la nyumbani kwake limepambwa kwa lulu nzuri, na hii ni kwa sababu alipokuwa hapa duniani, alikuwa akiomba sana kwa machozi kila asubuhi, na aliomba kwa uvumilivu. Alikuwa mwamini mwaminifu sana aliyeombea ufalme na haki ya Mungu, na pia aliombea kanisa pamoja na wahudumu wake na washirika kwa bidii na machozi.

Kabla hajakutana na Bwana, alikuwa maskini na asiyekuwa na bahati kiasi kwamba hakuweza kumiliki hata kipande kidogo cha dhahabu. Baada ya kumpokea Bwana, aliweza kupiga mbio kuufuata utakaso kwa sababu sasa aliweza kuutii ukweli baada ya kuutambua kwa kulisikiliza neno la Mungu.

Pia, aliweza kutekeleza kazi yake vizuri kwa sababu alipokea mafundisho mengi kutoka kwa mchungaji anayependwa na Mungu sana na akamtumikia vizuri. Kwa sababu hiyo, anaweza kuishia mahali pang'aapo na penye utukufu zaidi ndani ya Ufalme wa Tatu.

Zaidi ya hayo, kito vizuri sana kutoka Yerusalemu Mpya kitawekwa langoni mwa nyumba yake. Hiki ni kito alichopewa na yule mchungaji aliyemhudumia hapa duniani. Atachukua kito kutoka sebuleni na kukiweka langoni mwa yule mama kila atakapomtembelea. Kito hiki kitakuwa ishara kwamba atakumbukwa sana na mchungaji aliyemtumikia hapa duniani kwa sababu hakuweza kuingia Yerusalemu Mpya hata ijapokuwa alimsaidia sana duniani.. Kwa hiyo watu wengi katika Ufalme wa Tatu watakionea wivu kito hiki.

Hata hivyo, bado anasikitika kwa kutoweza kuingia Yerusalemu Mpya. Endapo angekuwa na imani ya kutosha kuingia Yerusalemu Mpya, angekuwa pamoja na Bwana, mchungaji aliyemhudumia hapa duniani, na wapendwa wengine wa kanisa alilokuwa akishiriki. Kama angekuwa mwaminifu zaidi hapa duniani, angekuwa ameingia Yerusalemu Mpya, lakini kwa sababu ya uasi wake aliipoteza fursa hiyo wakati alipoipewa.

Hata hivyo, anashukuru sana na kuguswa kwa ajili ya utukufu aliopewa katika Ufalme wa Tatu, na anakiri kama ifuatavyo. Anashukuru kwa sababu amepokea vitu vya thamani kama thawabu, ambavyo hakuna hata kimoja angalichoweza kukipata kwa uwezo wake mwenyewe.

"Hata ijapokuwa sikuweza kwenda Yerusalemu Mpya ambako kumejaa utukufu wa Baba kwa sababu sikuwa mkamilifu katika mambo yote, nina nyumba yangu hapa katika Ufalme wa Tatu unaopendeza. Nyumba yangu ni kubwa sana na nzuri kweli kweli. Ijapokuwa si kubwa sana ikilinganishwa na nyumba za Yerusalemu Mpya, nilipewa vitu vya ajabu na vizuri sana ambavyo duniani haviko. Sijafanya chochote. Sijatoa chochote. Sijafanya chochote cha kusaidia. Na sijafanya chochote cha kumfurahisha Bwana. Lakini bado, utukufu nilio nao hapa ni mkuu sana hivi kwamba ninaweza tu kusikitika na kushukuru. Nilimshukuru Mungu kwa kuniruhusu nikae mahali penye utukufu zaidi katika Ufalme wa Tatu vile vile."

Watu wenye Imani ya Wafia Dini

Kama vile mtu anayempenda Mungu sana na aliyetakaswa moyoni mwake anavyoweza kuingia katika Ufalme wa Tatu, unaweza angalau kuingia katika Ufalme wa Tatu ikiwa una imani ya mfia dini ambayo kwayo unaweza kujitoa kwa chochote, hata maisha yako mwenyewe, kwa ajili ya Mungu.

Washirika wa makanisa ya kwanza walioishikilia imani hadi wakakatwa vichwa, wakaliwa na simba katika Ukumbi huko Roma, au kuteketezwa, watapokea thawabu ya wafia dini huko mbinguni. Si rahisi kuwa mfia dini kwa kupitia mateso makali na vitisho.

Karibu nawe, kuna watu wengi ambao hawaitakasi siku ya Bwana au hupuuza kazi waliyopewa na Mungu kwa sababu ya tamaa yao ya pesa. Watu wa aina hii, ambao hawawezi kutii jambo ndogo kama hilo, hawawezi kuishikilia imani yao wakati wanapotishiwa maisha, au hata kuwa wafia dini.

Je, ni watu aina gani huwa na imani ya wafia dini? Ni wale ambao wana mioyo iliyonyooka na isiyobadilika kama Danieli katika Agano la Kale. Hata hivyo, wale walio na nia mbili na wanaojitafutia mambo yao wenyewe, wakifuata mambo ya ulimwengu, wana nafasi ndogo sana ya kuwa wafia dini.

Wale ambao wanaweza kwa kweli kuwa wafia dini sharti wawe na mioyo isiyobadilika kama Danieli. Alishikilia haki ya imani huku akijua vizuri angetupwa katika tundu la simba. Aliendelea kuamini hata wakati wa mwisho alipotupwa katika tundu la simba kupitia hila ya watu waovu. Danieli hakuuacha ukweli kwa sababu moyo wake ulikuwa msafi na mtakatifu.

Ndivyo ilivyokuwa kwa Stefano katika Agano Jipya. Alipigwa mawe hadi kufa wakati alipokuwa akihubiri injili ya Bwana. Stefano pia alikuwa ni mtu aliyetakaswa. Aliweza kuwaombea hata wale waliokuwa wakimpiga mawe ijapokuwa hakuwa na hatia. Sasa Bwana angempenda kiasi gani? Atatembea na Bwana milele mbinguni, na uzuri wake na utukufu wake utakuwa wa ajabu. Kwa hiyo sharti utambue kwamba kitu muhimu zaidi ni kukamilisha haki na utakaso wa moyo.

Kuna watu wachache sana walio na imani ya kweli leo. Hata Yesu aliuliza, "..lakini, atakapokuja Mwana wa Adamu, je! Ataiona imani duniani?"(Luka 18:8) Je, utakuwa mtu wa thamani machoni pa Mungu jinsi gani ikiwa utakuwa mtoto aliyetakaswa kwa kuishikilia imani na kutupilia mbali kila aina ya uovu hata katika ulimwengu huu ambao umejaa dhambi?

Kwa hiyo, ninaomba katika jina la Bwana kwamba utaomba kwa bidii na kuutakasa moyo wako haraka, huku ukiwa na matarajio ya utukufu na thawabu za Mungu ambazo Mungu atakupa huko mbinguni.

Sura ya 10

Yerusalemu Mpya

1. Watu walio Yerusalemu Mpya Humwona Mungu Uso kwa Uso
2. Ni Watu wa Aina Gani Huenda Yerusalemu Mpya?

*Nami nikauona mji ule mtakatifu,
Yerusalemu Mpya,
ukishuka kutoka mbinguni kwa Mungu,
umewekwa tayari,
kama bibi harusi aliyekwisha
kupambwa kwa mumewe.*

- Ufunuo 21:2 -

Katika Yerusalemu Mpya, ambapo ndipo mahali pazuri zaidi mbinguni na palipojaa utukufu wa Mungu, kuna Kiti cha Enzi cha Mungu, makasri ya Bwana, na Roho Mtakatifu, na nyumba za watu waliompendeza Mungu sana kwa kiwango kikubwa zaidi cha imani.

Nyumba za Yerusalemu Mpya zinaandaliwa vizuri sana sawa na wamiliki wake wangalivyopenda ziwe. Ili uweze kuingia Yerusalemu Mpya, mji ulio mzuri na safi kama bilauri, na kushiriki upendo wa kweli na Mungu milele, sharti tu usifanane na moyo wa Mungu tu, bali pia utekeleze majukumu yako kikamilifu kama alivyotenda Bwana Yesu.

Sasa, Yerusalemu Mpya ni mahali kwa namna gani, na ni watu wa aina gani huenda huko?

1. Watu walio Yerusalemu Mpya Humwona Mungu Uso kwa Uso

Yerusalemu Mpya, ambao pia unaitwa Mji Mtakatifu wa mbinguni, ni mzuri sana kama bibi harusi aliyejiandaa kwa ajili ya mumewe. Watu huko wana nafasi ya kukutana na Mungu uso kwa uso kwa sababu Kiti chake cha Enzi kiko huko.

Pia unaitwa "mji wa utukufu" kwa sababu utaupokea utukufu kutoka kwa Mungu milele utakapoingika Yerusalemu Mpya. Ukuta umetengenezwa kwa mawe ya thamani, na mji umejengwa kwa dhahabu safi, safi kama bilauri. Una malango matatu kwenye pembe zote nne - kaskazini, kusini, mashariki, na magharibi – na kuna malaika alindaye kila lango. Misingi kumi na miwili ya mji imetengenezwa kwa aina kumi na mbili za vito.

Malango Kumi na Mawili Ya Lulu ya Yerusalemu Mpya

Basi, kwa nini malango kumi na mawili ya Yerusalemu Mpya

yametengenezwa kwa lulu? Ganda hudumu kwa muda mrefu na huchuja majimaji kutengeneza lulu moja. Katika njia hiyo hiyo, sharti utupilie mbali dhambi, upigane nazo kufikia kiwango cha kumwaga damu na uwe mwaminifu hadi kufa mbele za Mungu katika kuvumilia na kuwa na kiasi. Mungu ameyatengeneza malango kwa lulu kwa sababu lazima ushinde hali zako kwa furaha ili utende majukumu yako uliyopewa na Mungu hata ijapokuwa unaifuata njia nyembamba.

Kwa hiyo mtu aingiaye Yerusalemu Mpya anapopita lango la lulu, atatokwa na machozi ya furaha na msisimko. Atatoa shukrani zote zisizotamkika na atampa Mungu aliyemwongoza kuingia Yerusalemu Mpya utukufu.

Pia, ni sababu gani iliyomfanya Mungu akatengeneza misingi kumi na miwili kwa vito kumi na viwili tofauti? Ni kwa sababu mchanganyiko wa umuhimu wa vito kumi na viwili ni moyo wa Bwana na wa Baba.

Kwa hiyo, sharti utambue maana za kiroho za kila kito na ukamilishe maana za kiroho moyoni mwako ndipo uingie Yerusalemu Mpya. Nitaelezea kwa kina katika kitabu cha Mbinguni II: Kumejaa Utukufu wa Mungu.

Nyumba za Yerusalemu Mpya Zina Mshikamano Mzuri na Tofauti

Nyumba za Yerusalemu Mpya ni kama kasri katika ukubwa wake na uzuri wake. Kila moja ni ya kipekee kulingana na matakwa ya anayeimiliki, na ina mshikamano kamili na tofauti. Pia, taa na rangi tofauti zinazotoka kwenye vito hukufanya kuwe na uzuri na utukufu kiasi cha kushindwa kueleza.

Watu wanaweza kutambua kila nyumba ni ya nani kwa kuiangalia tu. Wanaweza kwa kuangalia mwangaza wa utukufu na vito vinavyoipamba nyumba, kufahamu jinsi mmiliki wa nyumba hiyo alivyompendeza Mungu wakati alipokuwa duniani Kwa mfano, nyumba ya mtu aliyekuwa mfia dini hapa duniani atakuwa na mapambo na kumbukumbu za moyo wa mmiliki wa nyumba hiyo na mafanikio yake hadi kufikia siku ya kuifia dini. Kumbukumbu imechongwa kwenye vibao vya dhahabu na zinang'aa sana. Itakuwa na maneno haya, "Mmiliki wa nyumba hii alifia dini na kutimiza mapenzi ya Baba tarehe __mwezi __ Mwaka ____."

Hata kutoka langoni, watu wanaweza kuona mwangaza mkali ukitoka kwenye kibao cha dhahabu chenye kumbukumbu za mafanikio ya mmiliki, na wote watakaouona watainama. Kufia dini ni utukufu mkuu na thawabu, na ni jambo ambalo Mungu anaweza kulifurahia na kujivunia.

Kwa kuwa hakuna uovu mbinguni, watu watainamisha vichwa vyao kulingana na cheo na kina cha jinsi anavyopendwa na Mungu. Pia, kama vile watu wanavyowapa watu bamba la taarifa kutoa shukrani au kufanya ibada ya shukrani, kusherehekea mafanikio makubwa, Mungu vile vile hutoa bamba la taarifa kwa kila mmoja katika kusherehekea jinsi walivyompa utukufu. Unaweza kuona harufu nzuri na taa ni tofauti kulingana na aina za mabamba ya taarifa.

Zaidi ya hayo, Mungu huwapa vitu ambavyo vinaweza kuwakumbusha maisha yao hapa duniani. Hata huko mbinguni, pia unaweza kutazama matukio ya nyumani hapa dunaini kwenye kitu kama televisheni.

Taji ya Dhahabu au Haki

Ukiingia Yerusalemu Mpya, utapewa nyumba yako ya kibinafsi na taji ya dhahabu, na utapewa taji ya haki kulingana na matendo yako. Hii ndiyo taji nzuri na yenye utukufu zaidi mbinguni.

Mungu mwenyewe huwapa thawabu za taji za dhahabu wale wanaoingia Yerusalemu Mpya, na karibu na Kiti cha Enzi cha Mungu wapo wazee ishirini na nne waliovalia taji za dhahabu.

Na viti ishirini na vinne vilikizunguka kile kiti cha enzi, na juu ya vile viti niliona wazee ishirini na wanne, wameketi, wameikwa mavazi meupe; na juu ya vichwa vyao walikuwa na taji la dhahabu (Ufunuo 4:4).

"Wazee" hapa haimaanishi cheo kinachopewa watu katika makanisa ya duniani, lakini inamaanisha wale walio sawa machoni mwa Mungu na wanaotambuliwa na Mungu. Wametakaswa na wamelikamilisha hekalu mioyoni mwao pamoja na hekalu linaloonekana kwa macho. "Kukamilisha hekalu moyoni" kunamaanisha kuwa wa kiroho kwa kutupilia mbali kila aina ya uovu. Kukamilisha hekalu linaloonekana kwa macho kunamaanisha kutekeleza majukumu yako hapa duniani kikamilifu.

Namba "ishirini na nne" inasimamia wale wote ambao wameingia lango la wokovu kwa imani kama yale makabila kumi na mawili ya Israeli na kutakaswa kama wale wanafunzi kumi na wawili wa Bwana Yesu. Kwa hiyo, "wazee ishirini na wanne" inarejea wana wa Mungu wanaotambuliwa na Mungu na ni waaminifu katika nyumba ya Mungu.

Kwa hiyo, wale walio na imani isiyobadilika na iliyo kama dhahabu watapokea taji za dhahabu, na wale wanaotazamia kwa hamu kufunuliwa kwa Bwana kama mtume Paulo watapokea taji ya haki.

Nimevipiga vita vilivyo vizuri, mwendo nimeumaliza, Imani nimeilinda; baada ya hayo nimewekewa taji la haki, ambayo Bwana, mhukumu mwenye haki, atanipa siku ile; wala si mimi tu, bali na watu wote pia waliopenda kufunuliwa kwake. (2 Timotheo 4:7-8).

Wale wanaotazamia kufunuliwa kwa Bwana, bila shaka wataishi katika mwangaza na katika kweli, na watakuwa vyombo vilivyoandaliwa vizuri na mabibi harusi wa Bwana. Kwa hiyo, watapokea taji hizi ipasavyo.

Mtume Paulo hakutishwa na mateso yoyote au magumu yoyote, lakini alijaribu awezavyo kuupanua ufalme wa Mungu na kitimiza haki yake katika yote aliyoyafanya. Aliufunua utukufu wa Mungu sana popote alipokwenda, alifanya hivyo kupitia kazi yake na uvumilivu wake. Ndiposa Mungu amemwandalia mtume Paulo taji ya haki. Na atawapa wote wanaotazamia kwa hamu kufunuliwa kwa Bwana kama mtume Paulo.

Kila Shauku Ya Mioyo Yao Itatimizwa

Kile ulichokiwaza ukiwa duniani, kile ulichokuwa ukipenda kufanya lakini ukakiacha kwa ajili ya Bwana- Mungu atakupatia tena vitu hivyo vyote kama thawabu nzuri katika Yerusalemu Mpya.

Kwa hiyo, nyumba za Yerusalemu Mpya zina kila kitu ulichotamani kuwa nacho, ili uweze kufanya kila kitu ulichopenda kufanya. Nyumba nyingine zina maziwa ili wale wanaozimiliki wanaweza kwenda kujivinjari na mashua. Nyumba nyingine zina misitu, hivyo watu wanaweza kwenda kutembea. Watu pia watafurahia kuongea na wapendwa wao kwenye meza ya chai pembeni mwa bustani nzuri. Kuna nyumba zilizo na malisho ya majani na maua, hivi kwamba watu wanaweza kutembea au kuimba nyimbo za sifa pamoja na ndege tofauti na wanyama wa kupendeza.

Katika njia hii, Mungu huko mbinguni ametengeneza kila

kitu ulichopenda kuwa nacho hapa duniani pasipo kuacha nje kitu chochote. Utafurahi jinsi gani utakapoona vitu hivi vyote ambavyo Mungu amekupa kwa njia makini? Kwa kweli, kuweza kuingia Yerusalemu Mpya kwenyewe ni chanzo cha furaha. Utaishi ukiwa na furaha isiyobadilika, katika utukufu, na uzuri milele. Utajawa na furaha na msisimko utakapoangalia chini, utakapoangalia angani, au popote kwingine utakapoangalia.

Watu watakuwa na amani, watahisi vizuri, na salama kuishi Yerusalemu Mpya kwa sababu Mungu ameiandaa kwa ajili ya watoto wake anaowapenda sana, na kila pembe imejaa upendo wake.

Kwa hiyo katika yote utendayo – uwe unatembea, uwe unapumzika, unacheza, unakula, au unaongea na watu wengine – utajaa furaha na bashasha. Miti, maua, nyasi, na hata wanyama, vyote vinapendeza, na utahisi utukufu pamoja na uzuri kutoka kwenye kuta za kasri, mapambo, na vifaa vilivyo ndani ya nyumba.

Katika Yerusalemu Mpya, upendo wa Mungu Baba ni kama chemi chemi na utajazwa na furaha ya milele, shukrani, na bashasha.

Kumuona Mungu Uso kwa USo

Katika Yerusalemu Mpya, ambapo kuna kiwango cha juu cha utukufu, uzuri, na furaha, unaweza kukutana na Mungu uso kwa uso na kutembea na Bwana, na unaweza kuishi na wapendwa wako milele na milele.

Utapendwa si tu na malaika na jeshi la mbinguni, bali pia na watu wote walio mbinguni. Isitoshe, malaika wako wa kibinafsi watakutumikia kama vile wanatumikia mfalme, wakikimu mahitaji yako yote kikamilifu. Ukitaka kupaa angani, gari lako la wingu litakuja na kusimama mbele yako. Mara tu utakapoingia kwenye gari la wingu, utaweza kupaa angani jinsi upendavyo, au utaweza kuliendesha chini.

Kwa hiyo ukiinga Yerusalemu Mpya, unaweza kumuona Mungu ana kwa ana, na ukaishi na wapendwa wako milele, na yote uliyoyatamani utayapata mara moja. Unaweza kupata chochote utakacho, na pia kushughulikiwa kama mtoto wa mfalme katika ngano za zamani.

Kushiriki Karamu katika Yerusalemu Mpya

Katika Yerusalemu Mpya, kuna karamu wakati wote. Wakati mwingine Baba huandaa karamu, au wakati mwingine Bwana au Roho Mtakatifu huandaa. Unaweza kuhisi furaha ya maisha ya mbinguni vizuri sana kupitia kwa karamu hizi. Unaweza kuhisi utele, uhuru, uzuri, na furaha kwa kuziangalia karamu hizi kwa muda mfupi.

Utakaposhiriki kwenye karamu hizi zilizoandaliwa na Baba, utavalia mavazi mazuri zaidi na mapambo, utakula chakula kizuri zaidi na kinywaji kizuri zaidi. Pia utafurahia mziki wa kuchangamsha na mzuri sana, nyimbo za sifa na dansi. Unaweza kuwatazama malaika wakicheza dansi au wakati mwingine wewe mwenyewe unaweza kucheza ili umpendeze Mungu.

Malaika ni wazuri zaidi na wakamilifu katika mbinu, lakini Mungu anapendezwa zaidi na harufu nzuri ya watoto wake wanaoujua moyo wake na wanaompenda kutoka mioyoni mwao.

Wale waliohudumu katika ibada aliyoabudiwa Mungu hapa duniani, pia watahudumu katika hizo karamu ili kuzifanya zifane zaidi, na wale waliomsifu Mungu kwa kuimba, kucheza, na kupiga chombo watafanya vivyo hivyo kwenye karamu za mbinguni.

Utavaa vazi laini lenye manyoya na lenye mitindo mingi,

taji ya ajabu, na mapambo ya vito vyenye taa zing'aazo sana. Pia, utakuwa ukisafiri kwenye gari la wingu au kwenye bogi la dhahabu ukiandamana na malaika kuhudhuria karamu. Je, si moyo wako unadunda kwa furaha na matarajio kwa kuyawazia mambo haya tu?

Tamasha la Kusafiri Ndani ya Bahari ya Kioo

Katika bahari nzuri ya mbinguni, kuna tiririka maji safi na salama ambayo ni kama bilauri. Hayana mawaa au doa lolote. Maji ya bahari ya samawati yana mawimbi matulivu yapulizwayo na upepo mwanana, na yang'aa sana. Aina nyingi za samaki huogelea ndani ya maji hayo ambayo unaweza kuona ndani yake, na watu wanapoyakaribia, yanawakaribisha kwa ku kuchezesha pezi zao na kuonyesha upendo wao.

Pia, marijani yenye rangi nyingi huunda vikundi na kubembea. Kila wakati yanaposonga, yanatoa mwangaza wenye hizo rangi nzuri. Hayo ni mandhari ya ajabu sana! Kuna visiwa vingi vidogo baharini, na vinapendeza sana. Isitoshe, meli kubwa ya abiria kama ile ya "Titanic" huelea majini na vilevile ndani ya meli hiyo huandaliwa karamu.

Meli hizi zimejaa kila aina ya vifaa vikiwemo malazi mazuri, viwanja vya mchezo wa kuvingirisha matufe, vidimbwi vya kuogelea, na kumbi, hivi vyote ni vya kuwafanya watu wafurahie kila wanachokitaka.

Ukifiria jinsi karamu hizo zote zitakavyoandaliwa ndani ya meli hizi, ambazo ni kubwa na zimepambwa vizuri sana kushinda aina yeyote ya meli za abiria duniani, huku ukiwa pamoja na Bwana, basi itakuwa furaha kubwa.

2. Ni Watu wa Aina Gani Huenda Yerusalemu Mpya?

Wale walio na imani kama dhahabu, wanaotazamia kufunuliwa kwa Bwana, na wanaojiandaa kama mabibi harusi wa Bwana, ndiyo watakaoingia Yerusalemu Mpya. Sasa basi unapaswa kuwa mtu wa aina gani ndipo uweze kuingia Yerusalemu Mpya iliyo nzuri na safi kama bilauri na iliyojaa neema ya Mungu?

Watu walio na Imani Ya Kumpendeza Mungu

Yerusalemu Mpya ni mahali kwa wale walio katika ngazi ya tano ya imani – wale ambao hawakutakasa mioyo yao kikamilifu tu bali pia walikuwa waaminifu katika nyumba yote ya Mungu.

Imani inayompendeza Mungu ni aina ya imani ambayo inamridhisha Mungu kabisa hivi kwamba anapenda kujibu maombi na shauku za watoto wake kabla hawajamuomba.

Sasa, unawezaje kumpendeza Mungu? Hebu nikupe mfano. Tuseme baba anarudi nyumbani kutoka kazini, na kisha awaambie wanawe wawili wa kiume kwamba ana kiu. Mtoto wa kwanza anafahamu kwamba baba yake anapendelea soda, na hivyo amletee glasi ya Coke au Sprite. Pia, mtoto amkande babake ili ajihisi vizuri, hata ijapokuwa baba hakuomba akandwe.

Kwa upande mwingine, yule mtoto wa pili amletee babake glasi ya maji kisha arudi chumbani mwake. Sasa, ni gani kati ya watoto hawa anaweza kumpendeza baba yake zaidi, au anauelewa moyo wa baba yake zaidi?

Bila shaka baba alipendezwa zaidi na yule mwanawe ambaye alimletea glasi ya Coke na kisha kumkanda na huku hakuombwa kumkanda, kuliko yule aliyetii agizo la kumletea glasi ya maji.

Katika njia hiyo hiyo, tofauti kati ya wale wanaoingia Ufalme wa Tatu na Yerusalemu Mpya, iko kwenye kiwango cha jinsi watu walivyoupendeza moyo wa Mungu Baba na walivyokuwa waaminifu kulingana na mapenzi ya Baba.

Watu Wenye Roho Moja Na Moyo wa Bwana

Wale walio na imani inayompendeza Mungu huijaza mioyo yao na ukweli peke yake, na ni waaminifu katika nyumba yote ya Mungu. Kuwa mwaminifu katika nyumba yote ya Mungu maana yake ni kutimiza majukumu kupita matarajio anayotarajiwa mtu kutenda na imani ya Kristo mwenyewe, aliyetii mapenzi ya Mungu kiasi cha kufa, bila kujali maisha yake mwenyewe.

Kwa hiyo, wale walio waaminifu katika nyumba yote ya Mungu hawatendi kazi kwa akili zao wenyewe na mawazo yao, lakini kwa moyo wa Bwana, yaani moyo wa kiroho. Paulo anauelezea moyo wa Bwana Yesu katika Wafilipi 2:6-8.

[Kristo Yesu], ambaye yeye mwanzo alikuwa yuko na namna ya Mungu, naye hakuona kule kuwa sawa na Mungu kuwa ni kitu cha kushikamana nacho; bali alijifanya kuwa hana utukufu, akatwaa namna ya mtumwa, akawa ana mfano wa wanadamu; tena, alipoonekana ana umbo kama mwanadamu, alijinyenyekeza akawa mtii hata mauti, naam, mauti ya msalabaa.

Matokeo yake, Mungu alimwinua, akampa jina linalopita majina yote, akamketisha mkono wa kuume wa Kiti cha Enzi cha Mungu na utukufu, akampa mamlaka kama "Mfalme wa Wafalme" na "Bwana wa Mabwana."

Hivyo, kama Yesu alivyofanya, sharti uweze kutii mapenzi ya Mungu bila masharti ili uwe na imani ya kuingia Yerusalemu Mpya. Kwa hiyo yule ambaye anaweza kuingia Yerusalemu Mpya sharti aweze kuelewa hata kina cha moyo wa Mungu. Mtu wa aina hii humpendeza Mungu kwa sababu ni mwaminifu hadi kufa ili afuate mapenzi ya Mungu.

Mungu husafisha watoto wake waweze kuwa na imani kama dhahabu ili waweze kuingia Yerusalemu Mpya. Kama vile mchimba migodi anavyoosha na kuchuja kwa muda mrefu akitafuta dhahabu, Mungu anawatazama watoto wake wakibadilika na kuwa nafsi nzuri na kuziosha dhambi zao kwa neno lake. Anapowaona watoto wake walio na imani kama dhahabu, hufurahia uchungu wote, mateso yote na huzuni aliyovumilia ili kutimiza lengo la kuwaimarisha wanadamu.

Wale wanaoingia Yerusalemu Mpya ni wana wa kweli ambao Mungu amejipatia kwa kusubiri kwa muda mrefu hadi walipobadilisha mioyo yao na kuwa mioyo ya Bwana na kukamilisha roho yote. Wana thamani kwa Mungu na atawapenda sana. Ndiposa Mungu anahimiza kwamba, " Mungu wa amani mwenyewe awatakase kabisa; nanyi nafsi zenu na roho zenu na miili yenu mhifadhiwe muwe kamili, bila lawama, wakati wa kuja kwake Bwana wetu Yesu Kristo" katika 1 Wathesalonike 5:23.

Watu Wakitimiza Jukumu La Kufia Dini Kwa Furaha

Kufia dini ni kuyatoa maisha yako mwenyewe. Hivyo, inahitaji bidii kali na kujitoa kwa dhati. Utukufu na faraja anayopata mtu baada ya kuyatoa maisha yake ili kutimiza mapenzi ya Mungu, kama alivyotenda Yesu, vinapita mawazo ya mwanadamu.

Kwa kweli, kila mtu anayeingia kwenye Ufalme wa Tatu au Yerusalemu Mpya ana imani ya kuifia dini, lakini yule ambaye haswa anaifia imani hupokea utukufu mkuu zaidi. Ikiwa huko katika hali ya kufia imani, sharti uwe na moyo wa mfia dini, ukamilishe utakaso, na utekeleze majukumu kikamilifu ili upokee thawabu ya mfia dini.

Siku moja Mungu alinifunulia utukufu wa mhudumu wa kanisani kwangu atakaopokea Yerusalemu Mpya mara atakapotimiza wajibu wake kama mfia dini.

Atakapofika mbinguni baada ya kutimiza wajibu wake, atalia machozi mengi huku akiitazama nyumba yake na kumshukuru Mungu kwa upendo wake. Kwenye lango la nyumba yake, kuna bustani kubwa iliyo na aina nyingi za maua, miti na mapambo mengine. Kutoka bustanini hadi kwenye nyumba kuu, kuna barabara ya dhahabu, na maua husifu mafanikio ya mmiliki na kumfariji kwa harufu nzuri.

Isitoshe, ndege wenye manyoya ya dhahabu hutoa mwangaza, na kuna miti mizuri katika bustani. Malaika wengi, wanyama wote, na hata ndege husifu mafanikio ya mfia dini na kumkaribisha, na anapotembea kwenye barabara yenye maua, upendo wake kwa Bwana huwa manukato. Atatoa shukrani kutoka moyoni mwake wakati wote.

"Bwana kweli alinipenda sana na kunipa kazi ya thamani! Ndiposa ninaweza kukaa katika upendo wa Baba!"

Kuta ndani ya nyumba zimepambwa kwa vito vya thamani, na mwangaza mwekundu kama damu wa vito, na mwangaza wa ajabu wa johari. Vile vito vyekundu vinaonyesha kwamba alikamilisha azima ya kuyatoa maisha yake na upendo wa kina, kama alivyofanya mtume Paulo. Johari inawakilisha moyo usiobadilika, mnyoofu na uaminifu wa kushikilia ukweli hadi kufa. Johari hiyo ni kumbukumbu ya mfia dini.

Kwenye kuta za nje, kuna maandishi yaliyoandikwa na Mungu mwenyewe. Maandishi hayo yanaonyesha nyakati za majaribu ya huyo mwenye nyumba, wakati alipofia dini na jinsi alivyofia dini, na hali aliyokuwamo wakati akitimiza mapenzi ya Mungu. Wakati watu wa imani wanapofia dini, wanamsifu Mungu au wakati mwingine huongea maneno ya kumpa utukufu. Maneno kama hayo huandikwa kwenye ukuta huo. Maandiko hayo hung'aa sana hivi kwamba yatakuvutia sana na kujawa na furaha kwa kuyasoma na kuutazama mwangaza unaotokana na maandishi hayo. Maandishi hayo yatapendeza sana maana Mungu mwenyewe ndiye aliyeandika! Hivyo yeyote anayetembelea nyumba yake, atainama mbele ya maandishi hayo yaliyoandikwa na Mungu mwenyewe!

Katika kuta za ndani za sebuleni kuna vioo vingi vyenye picha za aina nyingi. Picha hizo zinaeleza yote aliyotenda tangu alipokutana na Bwana kwa mara ya kwanza – jinsi alivyompenda Mungu, na aina ya kazi alizofanya kwa aina ya moyo aliokuwa nao, na wakati fulani.

Pia, katika pembe moja ya bustani kuna aina nyingi ya vifaa vya michezo vilivyotengenezwa kutokana na mali ghafi za ajabu na ambavyo vina mapambo ambayo hayawezi kufikirika hapa duniani. Mungu amewafanya wamfariji kwa sababu alipenda michezo sana, lakini akaiweka kando kwa ajili ya huduma. Vibao vya kufanyia mazoezi ya kunyanyua uzito havijatengenezwa kwa chuma chochote duniani, lakini vimetengenezwa na Mungu na kupambwa kwa mapambo maalumu. Ni kama mawe ya thamani yanayong'aa vizuri. Cha kushangaza ni kwamba vina uzito tofauti kulingana na mtu anayevitumia kufanyia mazoezi. Vifaa hivi havitumiwi kumsaidia mtu kuwa katika umbo zuri, lakini vimewekwa kama vitu vya kuleta faraha.

Je, atahisi vipi atakapoangalia vitu hivi vyote alivyoandaliwa na Mungu? Ilimbidi aziache tamaa zake kwa ajili ya Bwana, lakini sasa moyo wake unafarijiwa, na anashukuru sana kwa upendo wa Baba Mungu.

Hawezi kuacha kumshukuru Mungu na kumsifu kwa machozi kwa sababu moyo wa Mungu unaotunza ulimwandalia kila kitu alichokitaka, bila kuacha kitu chochote alichokitaka moyoni mwake.

Watu Waungana na Bwana na Mungu

Huko Yerusalemu Mpya, Mungu alinionyesha kwamba kuna nyumba ambayo ni kubwa kama mji. Ni ajabu kwamba sikuweza kujizuia kushangazwa na ukubwa wake, uzuri wake, na fahari yake.

Nyumba kubwa sana ina malango kumi na mawili – malango matatu kaskazini, mitatu kusini, mitatu mashariki, na mitatu magharibi. Katikati kuna kasri kubwa ya ghorofa tatu, iliyopambwa kwa dhahabu safi na kila aina ya mawe ya thamani.

Katika ghorofa ya kwanza, kuna ukumbi mkubwa sana ambao ukiwa ndani yake huwezi kuona mwisho wake, na pia kuna vyumba vingi vya sebuleni. Hivi hutumiwa kwa karamu au mikutano. Kwenye ghorofa ya pili, kuna vyumba vya kutunzia na kufanyia maonyesho ya taji, nguo, na vitu vya kumbukumbu, na pia kuna sehemu za kuwapokea manabii. Ghorofa ya tatu inatumiwa kwa minajili ya kukutana na Bwana peke yake na kushiriki upendo pamoja naye.

Karibu na kasri hiyo kuna kuta zilizofunikwa na maua yenye harufu nzuri. Mto wa Uzima unatiririka kwa utulivu karibu na kasri, na juu ya mto kuna madaraja yenye umbo la mawingu yaliyopindika ya rangi ya upinde wa mvua.

Katika bustani kuna aina nyingi za maua, miti na nyasi, vinavyokamilisha uzuri wote. Upande mwingine wa mto kuna msitu mkubwa sana ambao hauwezi kuelezeka.

Pia kuna bustani ya starehe iliyo na vitu kama vile gari moshi safi, meli ya starehe iliyotengezwa kwa dhahabu, na vifaa vingine vilivyopambwa kwa dhahabu. Vinatoa mwangaza wa kupendeza kila wakati vinapotumiwa. Mbali na bustani hiyo ya buradani, kuna barabara kubwa ya maua, na kandoni mwa barabara hiyo ya maua kuna mbuga ambapo wanyama hucheza na kupumzika kwa amani. Mbuga hizo zimefanana na mbuga za tropiki za dunia hii. Mbali na vitu hivyo, kuna nyumba nyingi na majengo mengi yaliyopambwa kwa vito vya aina nyingi ili ving'ae vizuri na kutoa mwangaza wa ajabu wa taa katika maeneo hayo. Kupakana na hiyo bustani, kuna chemi chemi ya maji, na nyuma ya mlima kuna bahari ambayo ndani yake meli kubwa kama vile "Titanic" huelea. Vitu hivi vyote ni sehemu ya nyumba ya mtu, kwa hiyo kufikia sasa unaweza kufikiria kidogo jinsi nyumba hii ilivyo kubwa na pana.

Nyumba hii, ambayo ni kama mji mkubwa, ni eneo la kitalii mbinguni, na inavutia watu wengi si kutoka Yerusalemu Mpya tu, lakini pia kutoka kila mahali mbinguni. Watu hufurahia na kushiriki upendo wa Mungu. Pia, malaika wasiohesabika humhudumia mwenye nyumba, hutunza hayo majengo na vifaa, huandamana na gari la wingu, na kumsifu Mungu kwa kucheza na kwa kupiga ala za mziki. Kila kitu kimeandaliwa ili kilete furaha kuu na faraja ya ajabu.

Mungu ameiandaa nyumba hii kwa sababu anayeimiliki ameshinda kila aina ya majaribu kwa imani, matumaini, na upendo, na amewaonyesha watu wengi sana njia ya wokovu kwa neno la uzima, na nguvu za Mungu, na kumpenda Mungu kuliko kitu kingine chochote.

Mungu wa upendo anakumbuka juhudi zako zote na machozi na hukulipa kulingana na matendo yako. Na anapenda kila mtu aungane naye na Bwana kwa upendo unaoleta uzima na awe mtenda kazi wa kiroho ili awaonyeshe watu wengi njia ya wokovu.

Wale walio na imani inayoweza kumpendeza Mungu, wanaweza kuungana naye na Bwana kupitia kwa upendo uletao uzima, kwa sababu hawafanani tu na moyo wa Bwana na kukamilisha roho yote, bali pia hutoa maisha yao ili wawe wafia dini. Watu hawa wanampenda Mungu na Bwana kwa njia ya kweli. Hata ikiwa kungekuwa hakuna mbinguni, hawangejuta au kuhisi kupata hasara juu ya yale ambayo wangeyafurahia na kuchukia hapa duniani. Watahisi furaha nyingi mioyoni mwao kwa kutenda kulingana na neno la Mungu na kumfanyia kazi Bwana.

Ni kweli, watu walio na imani ya kweli huishi wakiwa na matumaini ya kupata thawabu watakazopewa na Bwana mbinguni kama ilivyoandikwa katika Waebrania 11:6, "Lakini pasipo imani haiwezekani kumpendeza; kwa maana mtu amwendeaye Mungu lazima aamini kwamba yeye yuko, na kwamba huwapa thawabu wale wamtafutao."

Hata hivyo, hawajali ikiwa kuna mbinguni au la, au ikiwa kuna thawabu au la, kwa sababu kuna kitu cha thamani zaidi. Wanafurahishwa na kumuona Baba Mungu na Bwana kuliko kitu chochote. Wanampenda kwa bidii. Kwa hiyo, kutoweza kukutana na Baba Mungu na Bwana ni jambo la kusikitisha na kuhuzunisha zaidi kushinda kutopokea thawabu mbinguni.

Wale wanaoonyesha jinsi wanavyompenda Mungu na Bwana kwa dhati kwa kuyatoa maisha yao, hata kuwe hakuna maisha ya furaha mbingunu, wameungana na Baba na Bwana, ambaye ndiye bwana harusi wao kupitia kwa upendo uletao uzima. Je, utukufu thawabu walizoandaliwa na Bwana zitakuwa kubwa kiasi gani!

Mtume Paulo, ambaye alitazamia kwa hamu kufunuliwa kwa Bwana na kutia bidii katika kazi ya Bwana aliwaleta watu wengi sana katika wokovu, alikiri maneno yafuatayo:

Kwa maana nimekwisha kujua hakika ya kwamba, wala mauti,

wala uzima, wala malaika, wala wenye mamlaka, wala yaliyopo, wala yatakayokuwapo, wala wenye uwezo, 39 wala yaliyo juu, wala yaliyo chini, wala kiumbe kinginecho chote hakitaweza kututenga na upendo wa Mungu ulio katika Kristo Yesu Bwana wetu (Warumi 8:38-39).

Yerusalemu Mpya ni mahali pa wana wa Mungu walioungana na Baba Mungu kupitia kwa upendo wa aina hii. Yerusalemu Mpya iliyo nzuri na safi kama bilauri, ambako tutafurahi kwa njia isiyoweza kufikirika, inaandaliwa kwa njia hiyo.

Mungu Baba wa upendo anapenda kila mtu asiokoke tu, bali afananye na utakatifu na ukamilifu wake ili aingie Yerusalemu Mpya.

Kwa hiyo ninaomba katika jina la Bwana kwamba utatambua kwamba Bwana aliyeenda mbinguni kukuandalia makao, atarudi karibuni na kukamilisha roho yote na kufanya uwe bila mawaa ili uweze kuwa bibi harusi mrembo ambaye anaweza kusema maneno haya, "Njoo Upesi, Bwana Yesu."

Mwandishi:
Dr. Jaerock Lee

Dr. Jaerock Lee alizaliwa Muan, Jimbo la Jeonnam, katika Jamhuri ya Korea, mwaka 1943. Akiwa na miaka kati ya ishirini na thelathini, Dr. Lee aliugua magonjwa mengi yasiyokuwa na tiba kwa muda wa miaka saba, alikata tamaa ya kupona na akawa anasubiri kifo. Siku moja majira ya kuchipua mwaka 1974, alipelekwa kanisani na dada yake na alipopiga magoti kuomba, Mungu aliye hai alimponya magonjwa yote mara moja.

Tangu wakati Dr. Lee alipokutana na Mungu aishiye kupitia uponyaji huo wa ajabu, amempenda Mungu kwa moyo wake wote na kwa uaminifu, na mnamo mwaka 1978 aliitwa ili awe mtumishi wa Mungu. Aliomba kwa dhati ili aweze kujua kwa hakika mapenzi ya Mungu, ayatimize yote na kuyatii Maneno yote ya Mungu. Mwaka 1982, alianzisha Kanisa Kuu la Manmin katika jiji la Seoul, Korea, na kazi nyingi za Mungu, ikiwa ni pamoja na miujiza ya uponyaji na maajabu, vimekuwa vikitendeka katika kanisa hili

Mnamo mwaka 1986, Dr. Lee aliwekwa wakfu na kusimikwa kama mchungaji katika Mkutano wa Mwaka wa Kanisa la Yesu huko Sungkyul, Korea, na miaka minne baadaye, mwaka 1990, mahubiri yake yalianza kurushwa katika nchi za Australia, Urusi, Ufilipino, na nchi nyingine nyingi kupitia Kampuni ya Utangazaji ya Mashariki ya Mbali (Far East Broadcasting Company) Kituo cha utangazaji cha asia (Asia Broadcast Station) na Radio ya Kikristo ya washington (Washington Christian Radio System)

Miaka mitatu baadaye, mwaka 1993, Kanisa kuu la Manmin lilichaguliwa kuwa moja ya "Makanisa 50 Yanayoongoza Duniani" na jarida la Christian World la Marekani na alipata Shahada ya Heshima ya Uzamivu katika Theolojia (Honorary Doctorate of Divinity) kutoka chuo cha Christian Faith, Florida, Marekani, na katika mwaka 1996 alipata Ph.D. katika Huduma kutoka Kingsway Theological Seminary, Iowa, Marekani.

Tangu mwaka 1993, Dr. Lee amefanya utume/umisionari wa ulimwengu kwa kufanya mikutano mingi huko Tanzania, Argentina, L.A., jiji la Baltimore, Hawaii, na jiji la New York huko Marekani, Uganda, Japani, Pakistani, Kenya, Ufilipino, Hondurasi, India, Urusi, Ujerumani, Peru, Jamhuri ya Kidemokrasia ya watu wa Congo, na Israeli na Estonia.

Mnamo mwaka 2002 alipewa jina la "Mchungaji wa ulimwengu" na magazeti maarufu ya Kikristo nchini Korea kutokana na kazi yake katika mikutano mbali mbali aliyoifanya nje ya nchi akishirikiana na Makanisa na Taasisi nyingine duniani. Mkutano wa kutajika haswa, ni ule wa 'New York Crusade 2006' ulioandaliwa katika Madison Square Garden, ambao ndiyo ukumbi maarufu zaidi duniani. Mkutano huo ulirushwa hewani kwa mataifa 220, na katika mkutano wa 'Israel United Crusade 2009', uliofanyika International Convention Center (ICC) huko Yerusalemu, alitangaza waziwazi kwamba Yesu Kristo ndiye Masihi na Mwokozi

Mahubiri yake yanapeperushwa hewani kufikia mataifa 176 kupitia mitambo ya setilaiti ikiwemo GCN TV, na pia aliorodheshwa kama mmoja wa 'Viongozi 10 Wa Kikristo wenye Ushawishi Mkubwa' wa mwaka 2009 na 2010 na gazeti maarufu la Russian Christian magazine In Victory na shirika la habari ya Christian Telegraph kwa sababu ya vipindi vyake vya televisheni na huduma yake ya kuanzisha makanisa ulimwengu mzima.

Kufikia Mei mwaka 2013, Manmin Central Church ina washirika zaidi ya 120,000. Kuna makanisa yapatayo 10,000 ulimwengu mzima ambayo ni matawi ya Manmini Central Church yakiwemo makanisa 56 yaliyoko Korea, na wamisionari zaidi ya 129 wametumwa nchi 23, ikiwemo Marekani, Urusi, Ujerumai, Canada, Japan, China, Ufaransa, India, Kenya, na nyingine nyingi.

Kufikia kuchapishwa kwa kitabu hiki, , Dr. Lee ameandika virabu 85, vikiwemo vile vilivyo maarufu kama Kuonja Uzima Wa Milele Kabila Mauti, Maisha Yangu Imani Yangu I & II, Ujumbe wa Msalaba, Kiasi cha Imani, Mbinguni I & II, Jehanamu, Amka, Isreali!, na Nguvu za Mungu. Vitabu vyake vimetafsiriwa katika zaidi ya lugha 75.

Makala yake ya Kikristo huchapishwa kwenye The Hankook Ilbo, The JoongAng Daily, The Chosun Ilbo, The Dong-A Ilbo, The Munhwa Ilbo, The Seoul Shinmun, The Kyunghyang Shinmun, The Korea Economic Daily, The Korea Herald, The Shisa News, na The Christian Press.

Dr. Lee sasa hivi ni kiongozi wa mashirika mengi ya kimisionari na taasisi. Nyadhifa zake zinajumuisha kuwa: Mwenyekiti wa The United Holiness Church of Jesus Christ; Raisi wa Manmin World Mission; Rais wa Kudumu wa The World Christianity Revival Mission Association; Mwasisi na Mwenyekiti wa Bodi ya Global Christian Network (GCN); Mwasisi na Mwenyekiti wa World Christian Doctors Network (WCDN); na Mwasisi & Mwenyekiti wa Bodi ya, Manmin International Seminary (MIS).

Vitabu vingine Vizuri sana Vya Mwandishi Huyu

Mbinguni I & Mbinguni II

Mchoro wa kina wa mazingira mazuri sana ya kuishi ambayo raia wa mbinguni wanayafurahia na maelezo mazuri ya ngazi mbalimbali za falme za mbinguni

Kuonja Uzima wa Milele kabla ya Kifo

Ushuhuda wa maisha ya Dr. Jaerock Lee, aliyezaliwa mara ya pili na kuokolewa kutoka katika bonde la uvuli wa mauti na amekuwa anaisha maisha ya kuigwa ya Kikristo

Jehanamu

Ujumbe wa wazi kutoka kwa Mungu kwa wanadamu wote. Mungu hapendi nafsi hata moja kuingia katika vilindi vya Jehanamu! Utagundua ukweli halisi usioujua kuhusu uhalisia wa ukatili wa Kuzimu.

Maisha Yangu, Imani Yangu I & II

Harufu nzuri ya kiroho iliyotolewa kutoka katika maisha yaliyochipuka pamoja na upendo usiopimika kwa ajili ya Mungu, katikati ya mawimbi ya giza, nira baridi na kukata tamaa kwa ndani sana.

Kiasi cha Imani

Ni makao ya namna gani ambako taji na ujira vimeandaliwa kwa ajili yako Mbinguni? Kitabu hiki kinatoa hekima na mwongozo kwa ajili yako kupima imani yako na kujenga imani bora iliyokomaa.

www.urimbooks.com

www.ingramcontent.com/pod-product-compliance
Lightning Source LLC
LaVergne TN
LVHW021811060526
838201LV00058B/3329